D1763903

இடாலோ கால்வினோ

புலப்படாத நகரங்கள்

இடாலோ கால்வினோ

புலப்படாத நகரங்கள்

தமிழில்: சா. தேவதாஸ்

எதிர்
வெளியீடு

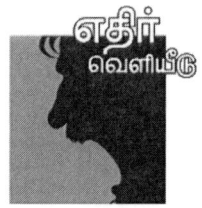

புலப்படாத நகரங்கள்
இடாலோ கால்வினோ
சின்ரன்
தமிழில்: சா. தேவதாஸ்

முதல் பதிப்பு: டிசம்பர் 2014
இரண்டாம் பதிப்பு: ஜூலை 2023

எதிர் வெளியீடு,
96, நியூ ஸ்கீம் ரோடு, பொள்ளாச்சி – 642002
தொலைபேசி: 04259 – 226012, 99425 11302

விலை: ரூ. 180

Invisible Cities
Italo Calvino

Translated by S. Devadoss
Copyright © Italo Calvino

First Edition: December 2014
Second Edition: July 2023

Published by
Ethir Veliyeedu, 96, New Scheme Road, Pollachi - 2
email: ethirveliyedu@gmail.com
www.ethirveliyeedu.com

ISBN: 978-93-84646-22-6
Cover Design: Vijayan
Printed at Jothy Enterprises, Chennai.

All rights reserved. No part of this book may be reprinted or reproduced or utilised in any form or by any electronic, mechanical or other means, now known or hereafter invented, including photocopying and recording, or in any information storage or retrieval system, without permission in writing from the Publisher.

இடாலோ கால்வினோ

1923 - 1985

சா. தேவதாஸ்

நவீன தமிழ் இலக்கியத்தின் மொழிபெயர்ப்புப் பணியில் மிகப் பெரும் பங்கு வகிக்கும் இவர், பல்வேறு இலக்கிய ஆளுமைகளை தமிழுக்கு அறிமுகப்படுத்தி உள்ளார். உலகளவில் மிக முக்கியமான இலக்கிய ஆளுமையான இடாலோ கால்வினோவின் முக்கியமான மூன்று நாவல்களையும் தமிழில் மொழியாக்கம் செய்தவர். ஜே.எம்.கூட்ஸி, கார்லோஸ் ஃபுயுண்டாஸ் போன்றவர்களின் நாவல்களையும் மற்றும் பல லத்தீன் அமெரிக்கப் படைப்புகளையும் மொழியாக்கம் செய்திருக்கிறார்.

தற்போது இராஜபாளையத்தில் வசித்துவருகிறார்.

பொருளடக்கம்

1. 16

நகரங்களும் நினைவும் – 1
நகரங்களும் நினைவும் – 2
நகரங்களும் வேட்கையும் – 1
நகரங்களும் நினைவும் – 3
நகரங்களும் வேட்கையும் – 2
நகரங்களும் குறியீடுகளும் – 1
நகரங்களும் நினைவும் – 4
நகரங்களும் வேட்கையும் – 3
நகரங்களும் குறியீடுகளும் – 2
மெல்லிய நகரங்கள் – 1

2. 29

நகரங்களும் நினைவும் – 5
நகரங்களும் வேட்கையும் – 4
நகரங்களும் குறியீடுகளும் – 3
மெல்லிய நகரங்கள் – 2
வர்த்தகம் புரியும் நகரங்கள் – 1

3. 39

நகரங்களும் வேட்கையும் – 5
நகரங்களும் குறியீடுகளும் – 4
மெல்லிய நகரங்கள் – 3

வர்த்தகம் புரியும் நகரங்கள் — 2
நகரங்களும் விழிகளும் — 1

4. 49
நகரங்களும் குறியீடுகளும் — 5
மெல்லிய நகரங்கள் — 4
வர்த்தகம் புரியும் நகரங்கள் — 3
நகரங்களும் விழிகளும் — 2
நகரங்களும் பெயர்களும் — 1

5. 57
மெல்லிய நகரங்கள் — 5
வர்த்தகம் புரியும் நகரங்கள் — 4
நகரங்களும் விழிகளும் — 3
நகரங்களும் பெயர்களும் — 2
நகரங்களும் இறந்தவர்களும் — 1

6. 65
வர்த்தகம் புரியும் நகரங்கள் — 5
நகரங்களும் விழிகளும் — 4
நகரங்களும் பெயர்களும் — 3
நகரங்களும் இறந்தவர்களும் — 2
நகரங்களும் வானமும் — 1

7. 76
நகரங்களும் விழிகளும் — 5
நகரங்களும் பெயர்களும் — 4
நகரங்களும் இறந்தவர்களும் — 3
நகரங்களும் வானமும் — 2
தொடர்ச்சியான நகரங்கள் — 1

8. 88
நகரங்களும் பெயர்களும் — 5
நகரங்களும் இறந்தவர்களும் — 4

நகரங்களும் வானமும் – 3
தொடர்ச்சியான நகரங்கள் – 2
மறைந்துள்ள நகரங்கள் – 1

9. 96
நகரங்களும் இறந்தவர்களும் – 5
நகரங்களும் வானமும் – 4
தொடர்ச்சியான நகரங்கள் – 3
மறைந்துள்ள நகரங்கள் – 2
நகரங்களும் வானமும் – 5
தொடர்ச்சியான நகரங்கள் – 4
மறைந்துள்ள நகரங்கள் – 3
தொடர்ச்சியான நகரங்கள் – 5
மறைந்துள்ள நகரங்கள் – 4
மறைந்துள்ள நகரங்கள் – 5

குறிப்புகள் 119

போலோ, கால்வினோ
பயணம், மொழிபெயர்ப்பு

தேவகுமாரன் அவதரித்திருக்கின்றான். அவனைக் கண்டுவர பாரசீகத்து மன்னர் மூவர் ஒட்டகங்களில் செல்கின்றனர். பரிசுப் பொருட்களுடன், முதியவர், நடுத்தர வயதுள்ளவர், இளைஞர் என்ற மூன்று நிலைகளிலுள்ள அம்மன்னர்கள், தனித்தனியாக தேவகுமாரனைப் பார்த்துவிட்டு, தங்களுக்குள் பரிமாறிக் கொள்கின்றனர். தத்தமது வயதில் தேவகுமாரன் இருப்பதாக மூவருமே உறுதிபட உரைக்கின்றனர். மூவரும் சேர்ந்து சென்று நோக்கும் போது, 13 நாள் குழந்தையாக கள்ளங் கபடமின்றி புன்னகைத்துக் கொண்டிருக்கின்றான். அவர்கள் அளித்த பொன்னையும், குங்கிலியத்தையும், மூலிகையையும் பெற்றுக்கொண்டு, ஒரு பெட்டியில் சிறு கல்லினை வைத்து வழங்குகின்றான். பொன்னை வாங்கிக்கொண்டால் தேவகுமாரன் அரசனாக மாறுவான். குங்கிலியத்தை வாங்கினால் தெய்வமாவான். மூலிகையை வாங்கும் பட்சத்தில் குணப்படுத்தும் மருத்துவராவான் என்று எண்ணிக் கொண்டு வந்தனர். திரும்பிச் செல்கையில் பெட்டியைத் திறந்து, சிறுகல்லைப் பார்த்து ஏமாற்றமடைந்து ஒரு கிணற்றில் எறிந்துவிடுகின்றனர். திடுமென வானிலிருந்து தீப்பிழம்பு தோன்றி அக்கல்லைச் சென்றடைகின்றது. அப்போதுதான் தேவகுமாரன் மகத்துவ அம்சங்களை ஒருங்கே பெற்றிருப்பவன் என்றும், இந்நம்பிக்கையை கல்போல் திண்ணமாக கொண்டிருக்க வேண்டும் என்பதே,

தேவகுமாரன் உணர்த்த விரும்பிய குறிப்பு என்பதும் புலப்படுகிறது. தீப்பிழம்பிலிருந்து ஒரு பகுதியை எடுத்துச் சென்று வழிபடுகின்றனர்.

மார்க்கோபோலோ (1254—1324) கான்ஸ்டாண்டி நோபிளிலிருந்து, "கேதே" என முன்பழைக்கப்பட்ட மேற்கு சீனத்திற்குப் பயணம் செல்லும் வழியில், பாரசீகத்தில் கேள்விப்படும் கதை இது. இது போன்று கேள்விப்படும் விஷயங்களையும் நேரிடையான அனுபவங்களையும் வைத்து மார்கோபோலோ எழுதியது "The Travels'. முதலில் இதற்கு அவரளித்த பெயர் "Description of the World" என்பது. "The Book" என்பது இதன் இன்னொரு பெயர்.

சமவெளிகள், பள்ளத்தாக்குகள், பீடபூமிகள், பாலைகள் என்று பயணம் செய்து குப்ளாய்கானின் பேரரசை அடைகின்ற போலோ, கடல் வழியாக திரும்புகின்றார். 13 ஆம் நூற்றாண்டின் இறுதியில் தந்தை நிக்கோலோ போலோவுடனும் பெரியப்பா மேஃபே போலோவுடனும் இப்பயணத்தை மேற்கொண்டார். உலகு தோன்றிய நாள்தொட்டு உலகின் குறுக்காகவும், நெடுக்காகவும், அந்த அளவுக்கு யாரும் பயணித்ததில்லை. பின் வந்த கொலம்பஸ் இபின்பதூதா போன்றோர்க்கெல்லாம் போலோவின் நூல் வேதாகமமாய் இருந்திருக்கிறது.

கி.பி.1271 இல் தொடங்கிய பயணம் 1292 இல் நிறைவெய்துகின்றது. இப்போதைய இத்தாலி அப்போது, வெனிஸ், ஜெனோவா, பைசா என்னும் மூன்று குடியரசுகளாக இருந்தது. வெனிஸிற்கும் ஜெனோவாவிற்கும் நடந்த யுத்தத்தில் வெனிஸ் தோற்றுவிடவே, ஒரு படைப்பிரிவின் தளகர்த்தரான போலோ, ஜெனோவாவின் சிறையில் ருஸ்டிசெல்லோ என்னும் நவீனங்கள் எழுதும் எழுத்தாளரைச் சந்தித்து, தன் அனுபவங்களைக் கூற "The Travels" உருவாகின்றது.

போலோ தன் அனுபவங்களுக்கு முறையான குறிப்புகள் வைத்திருந்ததாகத் தெரியவில்லை. இருபதாண்டுகள் பயணத்தை ஏழெட்டு ஆண்டுகள் கழித்து நினைவில் மீட்டெடுத்து வர்த்தக ரீதியிலான எழுத்தாளர் ஒருவரிடம் கூற, அது நூலாக வெளிவந்தது. முதல் கையெழுத்துப்படி, 143 வேறு வேறான பிரதிகளும் அச்சிட்ட நூல்களுமாக கிளைத்துள்ளது. இப்போது மூலப்பிரதி இல்லை. பதினாறாம் நூற்றாண்டில் ஜியோவானி பாடிஸ்டா ரமுஸியோ என்பவர், மூலப்பிரதியில் நிறைய இடைச் செருகல்கள் செய்திருக்கிறார்

என்று குற்றஞ்சாட்டப்படுகிறது.

வேறுபடும் பிரதிகளை ஒப்பிட்டு ஆய்வு செய்துவிட்டு, மார்கோபோலோ சீனத்திற்கே போயிருக்க முடியாது என்னும் திடுக்கிடும் முடிவை முன்வைக்கிறார் ஃபிரான்செஸ்வுட் என்னும் பிரிட்டீஸ் ஆய்வாளர் (Did Macro polo Got to china? / Frances Wood / secker and Warbug London 1996).

தன் முடிவிற்கு அவர் காட்டும் ஆதாரங்கள் எதிர்மறையிலானவை.

1. சீன வரலாற்றுக் குறிப்புகளில் போலோவின் பெயர் இடம்பெறவில்லை.

2. புகழ்வாய்ந்த சீனத்து நெடுஞ்சுவர், சீனத்து தேயிலை, சீனத்தின் நேர்த்தியான கையெழுத்துக் கலை ஆகியன மார்கோ போலோவின் நூலில் இடம் பெறவில்லை.

3. சீனத்துப் பெண்டிர், பாதங்களைக் கட்டி வைப்ப துண்டு, இதுவும் கூறப்படவில்லை.

4. இடங்கள் மற்றும் நபர்களின் பெயர்கள் சீன, மங்கோலிய வடிவில் தரப்படாமல் பாரசீக மொழி வடிவிலேயே தரப்பட்டுள்ளன.

சுவாரஸியமும் துல்லியமும் இல்லாத போலோவின் பிரதியை ஆய்வு செய்து சீனத்துப் பயணத்தையே சந்தேகத்துக்கு உள்ளாக்கியிருக்கிறார் இந்த ஆய்வாளர்.

ஆனால் இத்தாலியின் பத்திரிகையாளரும் நாவலாசிரியரு மான இடாலோ கால்வினோ புதுவகையான கதை சொல்லலும் விவரிப்பும் சேர்த்து அற்புதமான நாவலாக "புலப்படாத நகரங்களை" எழுதியிருக்கிறார். விதவிதமான நகரங்களுக்குப் போய்வந்து தன் அனுபவத்தை போலோ குப்ளாய்கானிடம் விவரிப்பதும் அதனைக் கேட்டுவிட்டு மன்னர் கேள்விகள் கேட்பதுமாக நாவலை உருவாக்கியிருக்கிறார்.

சா. தேவதாஸ்

1

தனது பயணங்களின் போது பார்த்த நகரங்களைப் பற்றி, மார்கோ போலோ விவரிப்பதை எல்லாம் குப்ளாய்கான் நம்பிடவில்லை. ஆனால் தார்தாரியர்களின் சக்கரவர்த்தி, வேறெந்த தூதுவரிடமோ பயணியிடமோ காட்டாத அக்கறையுடனும் ஆர்வத்துடனும், இளம் வெனீஸியப் பயணி கூறுவதை, தொடர்ந்து கேட்கவே செய்கிறார். வெற்றி கொண்ட பிரதேசங்களின் விஸ்தரிப்பினால் உண்டாகும் பெருமிதமும், அவற்றை அறிந்து கொள்வதும், புரிந்து கொள்வதுமான எண்ணம் எதனையும், சீக்கிரமே கைவிட்டுவிட்டு இருப்பதில் உண்டாகும் வேதனையும் ஆசுவாசமும் கொண்ட கணமொன்று, சக்கரவர்த்தியின் வாழ்க்கை வரலாறுகளில் உண்டு. கடைசியான எதிரித் துருப்புகளின் முற்றுகையிலிருந்து நாட்டை விடுவித்து, ஊர் பேர் தெரியாத மன்னர் தம் அரக்கு முத்திரைகளை பொடிப்பொடியாக்கிட, விலை உயர்ந்த மணிகளையும், பக்குவப்படுத்திய தோல்களையும், ஆமை ஓடுகளையும் திறையாக வழங்க ஆயத்தமாயிருக்கும் செய்திகளையடுத்து, மழைக்குப் பின்னால் மாலைப்பொழுதில், அடுப்பில் சில்லிட்டுப்போகும் சந்தனக் கட்டைகளின் சாம்பல், மற்றும் யானைகளின் வாசத்துடன் வெறுமையுணர்வு தோன்றும். ஒன்று திரண்டிருக்கும் அதிசயங்களின் தொகுப்பாக நமக்குத் தோன்றி வந்திருந்த இப்பேரரசானது, முடிவற்றதும் வடிவற்றதுமான பாழ் என்பதையும், ஊழலின் சிலந்தி நம்

செங்கோலால் குணப்படுத்த முடியாதபடி பரவியுள்ளது என்பதையும், எதிரி மன்னர் மீதான வெற்றியானது அவர்களின் சீரழிவுகளுக்கு நம்மை வாரிசுகளாக்கியுள்ளது என்பதையும் நாம் அறிகிற இக்கட்டான நேரமிது. நொறுங்கி விழுமாறு விதிக்கப்பட்டிருக்கும் சுவர்கள் மற்றும் கோபுரங்கள் மூலமாக, கறையான்கள் மென்று மென்று அரிப்பதிலிருந்து தப்பிவிடக் கூடிய நுட்பமான திட்டத்தின் தடயத்தை மார்க்கோபோலோவின் விவரிப்புகளில் இருந்தேதான் குப்ளாய்கானால் அறிய முடிந்தது.

நகரங்களும் நினைவுகளும் - 1

அங்கிருந்து புறப்பட்டு கிழக்குமுகமாக மூன்று நாட்கள் சென்றால், அறுபது வெள்ளி விமானங்களும், அத்தனை தெய்வங்களினுடைய வெண்கலச் சிலைகளும், காரியம் பாவப்பட்ட தெருக்களும், ஸ்படிக அரங்கமும் ஒவ்வொரு காலை நேரத்திலும் கோபுரத்தின் மீது கூவும் பொற்சேவலும் கொண்ட நகரமான டயோமிராவை அடையலாம். இதர நகரங்களிலும் இவற்றை கண்டிருக்கும் பயணிக்கு இந்த அழகெல்லாம் பரிச்சயமானதாக இருக்கும். ஆனால் ஒரு செப்டம்பர் மாத மாலையில் அங்கு வந்து சேர்ந்த மனிதனுக்கு பகல் பொழுதுகள் சுருங்கியும் உணவு விடுதிகளின் வாயில்களில் பலநிற விளக்குகள் ஒரே சமயத்தில் ஏற்றப்பட்டும், மேல்மாடியிலிருந்து ஓ! என பெண்குரல் அலறும் போது, இது போன்றதொரு அந்திப் பொழுதை, இதற்கு முன் ஒருமுறை வாழ்ந்திருப்பதாக நம்பி, அப்போது சந்தோஷமாக இருந்ததாக எண்ணுவோரிடம் பொறாமை கொள்வான் என்பது தான் இந்நகரத்தின் விசேஷப்பண்பு.

நகரங்களும் நினைவுகளும் - 2

கானகப்பிரதேசங்களில் நீண்ட நேரம் பயணம் செய்யும் ஒருவனுக்கு, நகரத்தைக் காண்பதற்கு வேட்கைமிகும். சங்குகள் பதிக்கப்பட்டு வளைந்து செல்லும் படிக்கட்டுகள் கொண்ட கட்டிடங்களும், பரிபூரணமான தொலை நோக்கிகளும் வயலின்களும் செய்யப்படுவதும், இரண்டு பெண்களில் யாரைத் தெரிவு செய்வது எனத் தயக்கம் கொள்பவன்,

எப்போதும் மூன்றாவது ஒருத்தியை எதிர்கொள்வதும், சேவல் சண்டைகள் இரத்தக் களரிகளாகிவிடுவதுமான நகரமான இசிடோராவுக்கு வருகிறான். ஒரு நகரத்தின் மீது வேடிக்கை பார்க்கும் போது அவன் இவற்றையெல்லாம் நினைத்துக் கொண்டிருந்தான். அவனுடைய கனவுகளின் நகரம் இசிடோராவுக்கு, முதுமையில் வந்து சேருகிறான். நகரச் சதுக்கத்தின் சுவரில் முதியவர்கள் அமர்ந்து, இளைஞர்கள் போய்க்கொண்டிருப்பதை கவனிக்கின்றனர். அவர்கள் வரிசையில் ஒருவனாக அமர்ந்திருக்கிறான். ஆசைகள் என்பவை நினைவுகளாக எஞ்சியுள்ளன.

நகரங்களும் வேட்கையும் - 1

டோரதியா என்ற நகரத்தை இரண்டு விதமாக விவரிக்க முடியும். முன்னூறு வீடுகளும் எழுநூறு புகைபோக்கிகளுமுடைய ஒன்பது பகுதிகளாக, நகரத்தைக் கூறுபோடும் நான்கு பச்சைக் கால்வாய்களுக்கு, நீர்பாய்ச்சுகிற அகழி மீதான திறந்து மூடிக்கொள்கிற பாலங்களுடன், ஏழு வாயில்களை அலங்கரிக்கும் நான்கு அலுமினிய கோபுரங்கள் உயர்ந்துள்ளன. இடம் டோரதியா. ஒவ்வொரு பகுதியிலுள்ள ருதுவான பெண்கள் அடுத்த பகுதியிலுள்ள இளைஞர்களை மணந்து கொள்வதையும், ஒவ்வொரு குடும்பமும் ஏகபோகமாக வைத்துள்ள ஒருவகை எலுமிச்சை பழ வாசனை திரவியம், ஆண் மீனின் கல்லீரல் வாசனை, நட்சத்திர தூரங்களை கணிக்கிற கருவி, வைலட் நிற அற்புதக்கல் ஆகியவற்றை, பெற்றோர் பரிமாறிக்கொள்வர் என்பதையும் மனதில் கொண்டால், கடந்த காலம், நிகழ்காலம் மற்றும் எதிர்காலத்தில் இந்நகரம் பற்றி நீங்கள் விரும்புவதையெல்லாம் புரிந்துகொள்ள முடியும். அல்லது, எனது தெருக்களில் பலர் சந்தையை நோக்கி விரைந்து கொண்டிருந்த போது நேர்த்தியான பற்களைக் கொண்டவர்களாய், இமை விரித்துப் பார்த்தனர். ஒரு சிறிய மேடையில் மூன்று சிப்பாய்கள் ட்ரம்பெட் வாசித்தனர். வண்டிகள் அங்குமிங்கும் திரும்பிக்கொண்டிருந்தன. வண்ண துணிப்பட்டைகள் காற்றில் அசைந்தாடின. இதற்கு முன் நான் அறிந்திருந்தவை பாலைவனமும் அதில் நகரும் வழித்தடங்களுமே. அடுத்த சில வருடங்களில் பாலைவனப் பரப்பையும் வழித்தடங்களையும் தியானிக்கவே என் கண்கள் திரும்பின. ஆனால், டோரதியாவில்

அப்போதைய காலைப்பொழுதில் என்முன் விரிந்திருக்கும் பாதைகளில் ஒன்றே இப்பாதை என்பதை, இப்போது அறிந்துகொண்டுவிட்டேன் என்று என்னை அங்கு கொண்டு சேர்த்த ஒட்டகக்காரனைப் போலக் கூறலாம்.

நகரங்களும் நினைவும் - 3

'தாராள மனங்கொண்ட குப்ளாய்கானே, உயர்ந்த பாசறைகள் கொண்ட ஜைரா நகரை நான் விவரிக்க முற்படுவது வீண்முயற்சிதான். படிக்கட்டு வரிசை போல எத்தனை படிகள் தெருக்களை உயர்த்திக் காட்டியுள்ளன. மண்டப வளைவுகளின் சாய்மான ரேகைகள் மற்றும் கூரையில் போடப்பட்டுள்ள துத்தநாகம் எத்தகையது என்றெல்லாம் என்னால் கூற இயலும். இதுவும் ஒன்றும் சொல்லாதிருப்பதும் ஒன்றுதான் என்பதை ஏற்கனவே அறிவேன். நகரம் இவற்றைக் கொண்டிருக்கவில்லை. மாறாக அதன் வெளியின் அளவைகளுக்கும் அதன் கடந்த கால சம்பவங்களுக்கும் இடையிலான உறவுகளைப் பற்றியதாகும். விளக்குக் கம்பத்தின் உயரம் மற்றும் கட்டித் தொங்கவிடப்பட்டுள்ள கயவனின் ஊசலாடும் பாதங்களுக்கும் பூமிக்கும் இடையேயான தூரம் பற்றியது. விளக்குக் கம்பத்திலிருந்து எதிரேயுள்ள இரும்பு வேலியில் கட்டுப்பட்டுள்ள கொடி மற்றும் அரசியின் மணவிழா ஊர்வலப் பாதையை அலங்கரிக்கும் தோரணங்கள் பற்றியது. வேலியின் உயரம் மற்றும் காலை நேரத்தில் அதனை தாவிச் சென்ற கள்ளப் புருஷனின் தாண்டுதல், சாக்கடையின் பள்ளம் மற்றும் அதே ஜன்னலுக்குள் நழுவிச் செல்லும் பூனை அவ்வழியே செல்வது, கடல் முனையில் திடுமெனத் தோன்றிய சிறு பீரங்கிக் கப்பலின் சுடுமெல்லை மற்றும் சாக்கடைப் பள்ளத்தை நாசமாக்கும் வெடிகுண்டு, மீன்வலையிலான கிழிசல்கள் மற்றும் மேல்தளத்தில் அமர்ந்து வலைகளைச் சரிசெய்யும் மூன்று கிழவர்கள் மற்றும் மோசமான மன்னனது பீரங்கிக் கப்பல் பற்றின கதையை, நூறாவது தடவையாக அவர்கள் ஒருவருக்கொருவர் கூறிக்கொள்வது, அம்மனிதன் அரசியின் இரகசியக் குழந்தை என்றும் பிறந்தவுடன் அம்மேல்தளத்தில் விட்டுவிடப்பட்டவன் என்றும் சிலர் கூறிக்கொள்வர்.

நினைவுகளிலிருந்து இவ்வலை பாயும்போது பஞ்

சினைப் போன்று இந்நகரம் நனைந்து விரிவு கொள்கிறது. இன்றிருப்பது போன்ற ஜைராவின் விவரிப்பானது அதன் கடந்த காலத்தையெல்லாம் கொண்டிருக்க வேண்டும். எனினும் இந்நகரமானது அதன் கடந்த காலத்தைச் சொல்வதில்லை. மாறாக, தெருவின் மூலைகளிலும் சன்னல்களின் வெளிவரிச்சட்டங்களிலும், படிக்கட்டு வரிசையின் கைப்பிடிகளும் இடிதாங்கிக் கம்பிகளிலும் கொடிக்கம்பங்களிலும் கையிலுள்ள ரேகைகளைப் போல வைத்துக்கொண்டுள்ளது.

நகரங்களும் வேட்கையும் - 2

தெற்கு நோக்கிப் போகும் போது, மூன்றாவது நாளின் இறுதியில், அதற்குக் குடி நீர் வழங்கிடும் கால்வாய்களும் அதன் மேலே பருந்துகள் பறந்திடுவதுமான நகரான அனஸ்தேசியாவை அடையலாம். மலிவாக அங்கே வாங்கக்கூடிய மணிவகைகளை நான் பட்டியலிட்டுக் காட்ட வேண்டும். ரத்தினம், அடுக்குமணி, ஆப்பிள் –பசுமை நிறமணி மற்றும் இதர நீலச்சாயலுடைய வெண்மணிக்கல்வகை, நாள்பட்ட செர்ரி மர விறகில் வேகவைத்து பூண்டு சேர்க்கப்பட்ட கோழிக்கறியை நான் பாராட்டியாக வேண்டும். தோட்டத்துக் குளம் ஒன்றில் நீராடும் மங்கையர், சமயங்களில் பரிச்சயமற்றவர்களை அழைத்து தங்களுடன் துணிமணி இல்லாமல் துரத்திப்பிடித்து விளையாடுவர் என்று கூறப்படுவதைக் கூறியாக வேண்டும். ஆனால், இவற்றையெல்லாம் சொல்லி விடுவதாலேயே நகரத்தின் சாரத்தை சொன்னதாக ஆகாது. ஏனெனில் அனஸ்தேசியாவின் மையத்தில், ஒரு காலைப்பொழுதில் இருப்பவனது ஆவல்களெல்லாம் உடனடியாக உசுப்பிவிடப்பட்டு சூழ்ந்து கொண்டிருக்கையில், அனஸ்தேசியாவைப் பற்றின விவரிப்பு உண்டாக்கும் ஆசைகளை, அடக்கி வைத்திடவே நிர்ப்பந்திக்கும்.

நாம் அங்கமாக இருக்கும் நகரில் எந்த ஆசையும் வீணாவதில்லை என்பதும், நாம் அனுபவித்ததையெல்லாம் அது அனுபவிக்கிறது என்பதும், ஆசையை வைத்துக்கொண்டு திருப்தியடைவதைத் தவிர செய்வதற்கேதுமில்லை என்பதும் புலப்படும். சமயங்களில் வஞ்சனைமிக்கதென்றும், சமயங்களில்

அருள்பாலிப்பதெனவும் கூறப்படும் மோசமான நகரமான அனஸ்தேசியாவின் வல்லமை அத்தகையதாகும். ரத்தினக் கல்லில் பட்டை தீட்டுவதில் நாளொன்றில் எட்டு மணி நேரம் செலவளித்தால், ஆசைக்கு வடிவமளிக்கும் உழைப்பானது, ஆசையினின்றும் தன்னை உருவமைத்துக் கொள்கிறது. அனஸ்தேசியாவின் அடிமையாயிருக்கும் போது, அதனை நாம் முழுமையாக அனுபவிப்பதாக நம்பிக்கொண்டிருப்போம்.

நகரங்களும் குறியீடுகளும் - 1

மரங்களிடையேயும் கற்களிடையேயும் நாட்கணக்காக நடக்கிறோம். விழிகள் அரிதாகவே எதனையும் நோக்குகின்றன. அப்போதுதான் ஒன்று இன்னொன்றின் அடையாளம் என்பதை கண்டுகொள்கின்றன. மணலிலுள்ள தடயம் புலியின் பாதை என்பதையும், புதரானது நீர்வழிப்போக்கு என்பதையும், ஹிபிஸ்கஸ் மலர், நீர் ஆதாரம் முடிவுக்கு வருகிறது என்பதையும் சுட்டுகிறது. எஞ்சியவையெல்லாம் மோனமாக, ஒன்றனிடத்தில் மற்றது இடம்பெயரக் கூடியதாக உள்ளன. தாம் அவையாக இருப்பவை மரங்களும் கற்களும் மட்டுமே.

கடைசியாக யாத்திரை டமாராவுக்கு வந்து சேர்கிறது. சுவர்களிலிருந்து நிறைய பெயர்ப் பலகைகள் துருத்திக் கொண்டிருக்கும் தெருக்களின் வழியே ஊடுருவிப் பார்க்கிறோம். வழியானது, பொருட்களின் படிமங்களைக் காண்கிறது. இடுக்கிகள் பல் மருத்துவரின் வீட்டையும், மதுக்கலன் ஓய்வு விடுதியையும், ஈட்டிகள் பாசறையையும், தராசுகள் மளிகை வியாபாரியையும் குறிக்கின்றன. சிலைகளும் கேடயங்களும் சிம்மங்களையும் டால்பின்களையும் கோபுரங்களையும், நட்சத்திரங்களையும் சித்தரிக்கின்றன. ஒரு அடையாளம் இன்னொன்றை– எதனை என்பதை யார் அறிவார்?— சிம்மத்தை டால்பினை கோபுரத்தை நட்சத்திரத்தை அடையாளமாகக் கொண்டுள்ளது. இதர அடையாளங்கள், குறிப்பிட்ட இடத்தில் தடை செய்யப்பட்டுள்ளவற்றையும், (வண்டிலுடன் சந்தில் நுழைவது, பெட்டிக்கடைக்குப் பின்புறத்தில் சிறுநீர் கழிப்பது, பாலத்திலிருந்து தூண்டில் போடுவது) அனுமதிக்கப்பட்டுள்ளவற்றையும் (வரிக்குதிரைகளை தண்ணீர் குடிக்க வைப்பது, கிண்ணங்கள்

கொண்டு விளையாடுவது, உறவினர் பிரேதங்களை எரிப்பது) குறித்து எச்சரிக்கின்றன. கோயில்களின் வாயில்களிலிருந்து, நமது குணாம்சங்களுடன் செதுக்கப்பட்டுள்ள கடவுளர் உருவங்கள்– வளங்காட்டும் கொம்பு, நாழிகை வட்டில், கிரேக்க பூதம்– பக்தர்கள் அடையாளங்கண்டு சரியானபடி தொழும் வகையில் தெளிவாகத் தெரியும், கட்டிடம் ஒன்றுக்கு பெயர்ப்பலகையோ உருவமோ ஏதுமில்லா விட்டால், நகரத்தின் ஒழுங்கில் அதன் இடம் மற்றும் அதன் வடிவத்தைக் கொண்டு எதற்காக இருக்கிறது என்பது தெரிந்துவிடும், அரண்மனை, சிறைச்சாலை, தங்கசாலை, பித்தகோரஸ் பள்ளி, வேசியர் இல்லம் என கடைகளில் வியாபாரிகள் பரப்பி வைத்திருக்கும் பொருட்களும் தம்மளவில் மதிப்புடையனவாக அல்லாமல், மற்றவற்றின் அடையாளங்கள் என்ற வகையில் மதிப்புக் கொண்டுள்ளன. அழகு வேலைப்பாடு கொண்ட தலைப்பட்டை நேர்த்தியையும். பளபளப்பு கொண்ட பல்லக்கு அதிகாரத்தையும், ஆவெரோஸின் 1 தொகுதிகள் கல்வியையும், சிலம்பு மோகத்தையும் குறிக்கின்றன. தெருக்களை, எழுதப்பட்ட பக்கங்களாக பார்வை ஊடுருவுகிறது. அதன் உரையாடலை நாம் டமாராவுக்கு விஜயம் செய்வதாக நம்பும்போது, அது தன்னையும் தன் பகுதிகளையும் விவரிக்கப் பயன்படுத்தும் பெயர்களையே நாம் பதிவு செய்பவர்களாக இருக்கிறோம்.

இத்தகைய அடர்ந்த குறியீடுகளுக்குப் பின்னே இந்நகரம் எதனை வைத்திருக்கிறதோ அல்லது மறைத்து வைத்திருக்கிறதோ, அதனைக் கண்டறியாமலேயே நாம் டமாராவை விட்டு நீங்குகிறோம். வெளியே வந்ததும் நிலம் வெறுமையாக தொடுவானத்திற்கு நீள்கிறது. விரையும் மேகங்களுடன் வானம் திறந்து கொள்கிறது. காற்றும் சந்தர்ப்பமும் மேகங்களுக்கு வழங்கிய வடிவங்களில் – மிதக்கும் கப்பல், கை, யானை – என்று அடையாளங் காணுவதில் குறியாக இருக்கிறது.

நகரங்களும் நினைவும் - 4

ஆறு நதிகளையும் மூன்று மலைத் தொடர்களையும் தாண்டினால் ஜோரா நகரம் வரும், அதனைப் பார்த்துவிட்ட யாராலும் மறந்திட இயலாது. அது நினைவில் படிந்துள்ள இதர நகரங்களைப் போல, அசாதாரணமான சித்திரத்தை

நினைவில் பதித்துச் செல்வதன் காரணமாக அன்று, விசேடமான அழகோ அரிதான தன்மையோ இல்லாத போதும் கூட, தனது தெருக்களின் வரிசையாலும் ஜன்னல்கள் மற்றும் கதவுகளாலும் ஒவ்வொரு அம்சமாக நமது நினைவில் நின்றிடக்கூடிய சக்தி ஜோராவுக்கு உண்டு.

ஒரு ஸ்வரத்தைக் கூட மாற்றவோ, திருத்தவோ இயலாத இசைப்பகுதியைப் போல, நமது பார்வையானது வகைமாதிரிகளை ஒன்றன்பின் ஒன்றாகப் பார்த்துக்கொண்டே செல்வது தான் ஜோராவின் இரகசியம். ஜோரா எவ்வாறு உருவாக்கப்பட்டது என்பதை கற்பனை செய்துகொள்ளலாம். தெருக்களின் வழியே நடந்து போகையில், தாமிரக் கடிகாரத்தைத் தொடர்ந்து முடிவெட்டும் கடையின் பந்தல், அப்புறம் நீரூற்று, வானவியலாரின் கண்ணாடி கோபுரம், முலாம்பழம் விற்பவரின் கடை, துறவி மற்றும் தங்கத்தின் சிலை, குளிப்பிடம், மூலையிலிருக்கும் உணவகம், துறைமுகத்துக்கு இட்டுச்செல்லும் சந்து என்னும் வரிசைக்கிரமத்தை நினைவுபடுத்திக் கொள்ள இயலும். சிந்தையிலிருந்து அகற்றப்பட இயலாததான இந்நகரம் கூடு – தேனடை போன்றது – நாம் நினைவில் கொள்ள வேண்டியவற்றை அதனறைகளில் தேக்கி வைத்துக் கொள்ளலாம். புகழ்பெற்றவர்கள் சீலங்கள், எண்கள், தாவர மற்றும் தாதுப் பொருட்களின் பிரிவினைகள், யுத்த நாட்கள் நட்சத்திரக் கூட்டங்கள், வாக்கிய வகைகள் போன்றவற்றை, ஒவ்வொரு கருத்துக்கிடையிலும் பட்டியலின் ஒவ்வொரு புள்ளியிலும், நினைவு கொள்வதற்கு சுலபமான விதத்தில் ஒரு பிணைப்பையோ முரண்பாட்டையோ ஏற்படுத்திக்கொள்ளலாம். எனவே ஜோராவை மனனம் செய்துள்ளவர்களே உலகில் பாண்டித்யம் மிக்கவர்கள்.

ஆனால் நான் இந்நகருக்கு விஜயம் செய்தது வீண்தான். எளிதில் நினைவு கூறப்படும் பொருட்டாக சலனமின்றி ஒரே மாதிரியாக இருக்குமாறு நிர்ப்பந்திக்கப்பட்டேன். ஜோரா வாடிப்போயிருக்கிறது, சிதைவுற்றிருக்கிறது. மறைந்திருக்கிறது. பூமி அதனை மறந்துவிட்டது.

நகரங்களும் வேட்கையும் - 3

டெஸ்பினாவை இருவழிகளில் அடையலாம். கப்பல் மூலமாக அல்லது ஒட்டகத்தின் துணையுடன், தரைவழியாக

வரும் பயணிக்கு ஒரு முகத்தையும் கடல்வழியாக வரும் பயணிக்கு இன்னொரு முகத்தையும் அந்நகரம் காட்டும்.

வானுயர்ந்த கட்டிடங்களின் உச்சிகள், ரேடார் ஆன்டென்னா, காற்றின் திசைவழியைக் குறிக்க ஆடும் கேன்வாஸ் சிலிண்டர்கள், புகைபோக்கிகள் ஆகியவற்றைக் காணும் ஒட்டகக்காரன் கப்பலை நினைத்துக்கொள்வான். அது நகரமென்று அவனறிவான். ஆனால் பாலைவனத்திலிருந்து தன்னை எடுத்துச் செல்லும் சாதனம் அது என்றும். வீசும் தென்றல் பாய்மரங்களை புடைக்கச் செய்து ஆனால் இன்னும் விரிக்கப்படாமல், புறப்பட ஆயத்தமாயிருக்கும் பாய்மரக்கப்பல் என்றும் அல்லது கொதிகலனுடன் கூடிய நீராவிப் படகு என்றும் நினைத்துக்கொள்வான். மற்றும் எல்லாத் துறைமுகங்களையும் பாரந்தூக்கிகள் இறக்கிவைக்கும் அந்நியச் சரக்குகளையும், வெவ்வேறு நாட்டு மாலுமிகளும் ஒருவர் தலையில் இன்னொருவர் மதுபுட்டிகளை உடைத்துக் கொள்ளும் விடுதிகளையும், தரைமட்டத்து சன்னல்கள் ஒவ்வொன்றிலும் தலைவாரும் பெண்ணொருத்தி இருப்பதையும் நினைத்துக்கொள்வான்.

கடற்கரையின் புகை மூட்டத்தில் ஒட்டகத்தின் தோள்பட்டையும் அலங்கரிக்கப்பட்ட சேணமும் அசைந்தாடி வருவதை மாலுமி காணக்கூடும். அது நகரமென்பதை அறிவான். ஆனால், அதனை ஒட்டகமென்றும், அதன் முதுகில் மதுக்கலசங்கள் உலர் திராட்சை, பேரீச்சை, ஒயின், புகையிலை கொண்ட பைகள் தொங்குவதாகவும், கடலின் பாலையிலிருந்து கிளம்பும் நீண்ட ஒட்டக வரிசையின் தலைமைப் பொறுப்பில் தானிருப்பதையும், நீரூற்றுகள் கொண்ட பாலைவனச் சோலையின் ஈச்ச மரங்களின் நிழல்களை நோக்கியும், முகத்திரையால் பாதி தெரிந்துமிருக்கும் தோள்கள், அசையும் வெற்றுப்பாதங்கள் ஆடவும் செய்யும் பெண்கள் ஆடும் ஓடு வேய்ந்த மண்டபங்களையும் வெள்ளையடிக்கப்பட்ட பெரும் சுவர்களைக் கொண்ட அரண்மனைகளை நோக்கியும் செல்வதாக கருதிக்கொள்வான்.

தனக்கு எதிரேயுள்ள பாலைவனத்திலிருந்து ஒவ்வொரு நகரமும் தனது உருவமைப்பை பெறுகிறது. ஆகவே ஒட்டகக்காரனும் மாலுமியும் டெஸ்பினாவை இரு பாலைகளுக் கிடையேயான எல்லையோர நகரமாகக் காண்கின்றனர்.

நகரங்களும் குறியீடுகளும் - 2

ஜிர்மா நகரிலிருந்து பயணிகள் தனித்துவமான நினைவு களுடன் திரும்புகின்றனர். கருப்பு நிறக் குருடன் ஒருவன் கூட்டத்தில் கூச்சலிடுகிறான். வானுயரக் கட்டடத்து உப்பரிகையின் மீது பைத்தியக்காரன் ஒருவன் தள்ளாடுகிறான். கயிறில் பிணைக்கப்பட்ட பூனையுடன் ஒருத்தி நடந்து செல்கிறாள். உண்மையில் ஜிர்மாவின் கல்பாவிய பாதைகளில் தங்களது கோலால் தட்டுகின்ற பெரும்பாலான குருடர்களெல்லாம் கறுப்பர்களே, வானுயர்ந்த கட்டிடம் ஒவ்வொன்றிலும் யாராவது ஒருவன் பைத்தியமாகிக் கொண்டிருக்கிறான். பைத்தியங்களெல்லாம் உப்பரிகைகளில் பொழுதைப் போக்குகின்றன. பித்துக்கொண்டு பூனை வளர்த்திடாத பெண்ணே இல்லை. இந்நகரம் மிகுந்து காணப் படுகிறது. நினைவு கொள்ளத்தக்கவற்றை அது நிறையவே தன்னுள் வைத்துள்ளது.

நானும் ஜிர்மாவிலிருந்து திரும்பிக்கொண்டிருக்கிறேன். ஜன்னல் மட்டத்தில் எல்லாத் திக்குகளிலும் பறந்து கொண்டிருக்கும் பலூன்கள், மாலுமிகளின் உடலில் பச்சை குத்தும் கடைகளைக் கொண்ட தெருக்கள், புழுக்கத்தில் திணறும் பருத்த பெண்கள் அடைத்து நெரிபடும் சுரங்க இரயில்கள் ஆகியவற்றை என் ஞாபகம் கொண்டுள்ளது. ஆனால் என் சக பயணிகளோ, நகரத்து உச்சிகளில் ஒரே பலூன் பறந்தது என்றும், பச்சை குத்துபவன் ஒருவன் மட்டுமே தன் கடைமுன் ஊசிகள், மை மற்றும் பச்சை வகைமாதிரிகளை பரப்பிவைத்துக் கொண்டிருந்தான் என்றும், தடிமனான பெண் ஒருத்தி மட்டுமே புழுக்கத்தில் விசிறிக்கொண்டிருந்தாள் என்றும், தாங்கள் பார்த்ததாக சத்தியம் செய்கின்றனர். நினைவு நிரம்பி இருக்கிறது. நகரம் இருத்தலைத் தொடங்குவதற்கேற்ப அது அடையாளங்ளை அபரிமிதமாக்குகிறது.

மெல்லிய நகரங்கள் - 1

ஆயிரம் கேணிகளுடைய நகரமான இசௌரா, பூமிக்குக் கீழுள்ள ஆழமான ஏரிமீது அமைந்திருப்பதாகக் கூறப்படுகிறது. நகரின் எந்தப்பக்கத்தில் தோண்டினாலும், நகரின் எல்லை வரையிலும் — அதனைத் தாண்டிவிடக் கூடாது —

வெற்றிகரமாகத் தண்ணீரைப் பெற்றுவிடுவார்கள் மக்கள். புதைந்துள்ள ஏரியின் இருண்ட வெளிவரிக்கோடு, நகரின் பசிய எல்லைப் புறத்தில் காணும்படி உள்ளது. புலப்படாத நிலவியல் காட்சி புலப்படும் ஏரியொன்றை உருவாக்கிக் காட்டுகிறது. சூரிய ஒளியில் அசைவதெல்லாம் பாறையின் வெண்ணிற வானுக்குப் பின்னே சுருண்டுள்ள அலையால் அடித்துச் செல்லப்படுகிறது.

இதன் காரணமாக இருவித மதங்கள் இசௌராவில் இருக்கின்றன. சிலரது அபிப்ராயப்படி, நகர தெய்வங்கள் பூமிக்குக் கீழுள்ள நதிகளை போஷிக்கும் கரிய ஏரியின் அடியாழத்தில் வசிக்கின்றன. வேறு சிலரைப் பொறுத்தவரை, நீரேந்திவரும் வாளிகளிலும், கட்டித் தொங்கவிடப்பட்டுள்ள கயிறுகளிலும், கம்பிகளிலும் பம்பின் கைப்பிடிகளிலும், காற்றாலைகளின் விசிறித் தகடுகளிலும், சலாகைகளைத் தாங்கிடும் கோல்களிலும், நீர்த்தேக்கங்களிலும், நீர்ப்போக்குகளின் மென்வளைவுகளிலும், எல்லாக் கால்வாய்களிலும் உயர்ந்து செல்லும் குழாய்களிலும், அமிழ்ந்திருக்கும் இயந்திரங்களிலும் சாக்கடைகளிலும் முற்றிலுமாக மேலோங்கி இயங்கும் நகரமான இசௌராவின் மணிக் கூண்டைச் சுற்றியுள்ள காற்றுத் திசை காட்டிகளுக்குச் செல்லும் வழிகளிலும் வசிக்கின்றன. இசௌரா நகரம் மட்டும் மொத்தமாக மேல்நோக்கி நகர்கின்றது.

தொலை தூரப்பிரதேசங்களின் ஆய்வுக்காக அனுப்பப் பட்டிருந்த சக்கரவர்த்தி கானின் தூதுவர்களும் வரி வசூலிப்போரும், கை – பிங் – ஃபு விற்கும் மற்றும் அவர்களது நீண்ட அறிக்கைகளை கேட்டவாறு மரங்களின் நிழலில் உலவிக் கொண்டிருந்த மக்னோலியத் தோட்டத்திற்கும் திரும்பினர். தூதுவர்கள் பாரசீக, ஆர்மேனிய, சிரிய, காப்ட், துருக்கிய நாட்டவராயிருந்தனர். பிரஜைகள் ஒவ்வொருவருக்கும் அந்நியரானவரே சக்கரவர்த்தி. அந்நிய விழிகள் மற்றும் காதுகள் மூலமாக மட்டுமே பேரரசானது தனது இருப்பினை குப்ளாய் கானுக்குக் காட்ட முடிந்தது. தங்களுக்குப் புரிபடாத மொழிகளில் கேட்ட தகவலினைத் தூதுவர்கள், கானுக்குப் புரிபடாத மொழிகளில் எடுத்துரைத்தனர். மன்னரின் கஜானாவில் பெறப்பட்ட வருவாய், வேலையினின்றும் நீக்கப்பட்ட மற்றும் தலை சீவப்பட்ட அலுவர்களின் முதல் மற்றும் இறுதிப் பெயர்கள், வறட்சிகாலத்தில் சிற்றாறுகளால் போஷிக்கப்படும் கால்வாய்களின் பரிமாணங்கள் ஆகியவற்றை

இவ்விருண்டதும், அடர்ந்ததுமான அறிக்கைகள் மூலம் பெற முடிந்தது. ஆனால் இளம் வெனீஸிய நாட்டவன் தனது அறிக்கையை முன் வைத்ததும், அவனுக்கும் சக்கரவர்த்திக்கு மிடையே வேறுபட்டதான தொடர்புறுத்தல் உண்டாயிற்று. புதிதாக வந்தவனும் லெவாண்டைன் மொழிகளை அறியாதவனுமான மார்கோ போலோ, சைகைகள், தாண்டுதல்கள், பீதி மற்றும் வியப்புக் கூச்சல்கள், விலங்கின் கத்தல்கள் அல்லது சீறல்கள், அல்லது அவன் தோள் பையிலிருந்து எடுக்கப்பட்டு சதுரங்கக் காய்கள் போல, மன்னருக்கு முன் அடுக்கப்பட்டிருக்கும் நெருப்புக் கோழியின் பீலிகள், குவார்ட்ஸுகள் மூலமாகத் தன்னை வெளிப்படுத்த முடிந்தது. குப்ளாய்கான் முடித்து வருமாறு அனுப்பியிருந்த பணிகளை நிறைவேற்றித் திரும்பின அறிவுத் திறன்மிக்க அந்நியன், மன்னன் விளங்கிக்கொள்ள வேண்டியிருந்த உடற்சைகைகளை நேர்த்தியாக்கியிருந்தான். நீர்க்காகத்தின் அலகினின்றும் தப்பி வலையொன்றில் விழ இருக்கும் மீனின் பாய்ச்சல் மூலம் ஒரு நகரமும், சுட்டெரிக்காதபடி நெருப்பில் ஓடிக்கொண்டிருக்கும் அம்மணமான மனிதன் மூலம் இன்னொரு நகரமும், வெண்ணிற முத்தைக் கவ்வியவாறுள்ள பற்களுடன் கூடிய கபாலத்தின் மூலம் மூன்றாவது நகரமும் விவரிக்கப்பட்டன. மாபெரும் சக்கரவர்த்தி அடையாளங்களை விளங்கிக்கொண்டார். ஆனால் அவற்றிற்கும் விஜயம் செய்யப்பட்ட இடங்களுக்கும் இடையேயான தொடர்பு உறுதியற்றதாயிருந்தது. தனது பயணத்தின் போது நேர்ந்த சாகச சம்பவத்தினை, நகரத்தை நிர்மாணித்தவரது தீரச் செயலினை, சோதிடரின் கணிப்பை மார்கோ போலோ நடித்துக் காட்ட விரும்பினான் என்பதை ஒருபோதும் அறிய இயலவில்லை. ஆனால், இயல்பானதோ, இருண்மையானதோ, மார்கோ போலோ விவரித்ததெல்லாம் ஒரு தடவை பார்த்து விட்டால் மறக்கவோ குழப்பிக்கொள்ளவோ இயலாததான, குறியீடுகளின் சக்தியைப் பெற்றிருந்தன. மணல் துகளைப் போன்று நிலையற்றதும் மாற்றிக்கொள்ளக் கூடியதுமான தகவல்களின் பாலையில் பேரரசு பிரதிபலித்தது. அதனின்றும், ஒவ்வொரு நகருக்கும் பிரதேசத்துக்குமென, வெனீஸிய நாட்டவனின் மாற்றெழுத்துப் புதிர் எழுப்பிய உருவங்கள் உண்டாயின.

பருவ காலங்கள் செல்லச் செல்ல, அவனது பணிகள் தொடரத் தொடர, மார்கோ போலோ, தார்தாரிய

மொழியினையும் தேசிய மரபுத் தொடர்களையும் ஆதிவாசி சமூகங்களின் கிளை மொழிகளையும் தனதாக்கிக் கொண்டான். இப்போது அவனது அறிக்கைகளே மன்னர் விரும்பக்கூடிய அளவில் விவரணமிக்கதாகவும் துல்லியமானதாகவும் இருந்தன. அவை திருப்திப்படுத்தாத கேள்வியோ குறுகுறுப்போ கிடையாது. இருந்த போதும், ஓரிடத்தைப் பற்றிய தகவலின் ஒவ்வொரு பகுதியும் அவ்விடத்தைக் குறிக்க, மார்கோ போலோ முதலில் பயன்படுத்தின சைகை அல்லது பொருளை, சக்கரவர்த்தியின் மனதிற்கு நினைவூட்டின. புதிய தகவலானது அக்குறியீட்டினின்றும் அர்த்தம் ஒன்றைப் பெற்றது. அது போலவே குறியீட்டுக்கும் புதியதொரு பொருளைத் தந்தது. ஒருவேளை, பேரரசானது மனதின் புனைவியல் காட்சிகளடங்கிய இராசிமண்டலமே தவிர வேறொன்றுமல்ல என சக்கரவர்த்தி எண்ணியிருக்கலாம். எல்லாக் குறியீடுகளையும் நான் அறிந்திடும் நாளில் ஒருவழியாக எனது பேரரசை நான் வைத்துக்கொள்ளக் கூடுமோ என மார்கோவை வினவினார்.

"அப்படி நம்பிவிடாதீர்கள் அய்யா குறியீடுகளின் மத்தியில் குறியீடாக நீங்கள் ஆகிப்போவீர்கள் அன்றைக்கு."

2

மற்ற தூதுவர்கள் பஞ்சங்கள், வழிப்பறிகள் சதிச்செயல்கள் பற்றி எச்சரிக்கின்றனர். அல்லது புதிதாக கண்டுபிடிக்கப்பட்ட ரத்தினச் சுரங்கங்கள், நரியின் கம்பளத்திற்கு கிடைக்கும் சாதகமான விலைகள், டமாஸ்கஸ் கத்திகளை விற்பதற்கான ஆலோசனைகளை வழங்குகின்றனர். ஆனால் நீயோ, அதே மாதிரியான தொலைதூரப் பகுதிகளிலிருந்துதான் திரும்புகிறாய், அந்திநேரத்தில், வாசற்படியில் அமர்ந்து, குளிர்ந்த காற்றை அனுபவிக்கின்றவனுக்கு வரும் எண்ணங்களையே உன்னால் எனக்கு கூற முடிகிறது. அப்படியானால் இந்தப் பயணங்களால் பயன் என்ன?'

'இது மாலை நேரம். உங்களது அரண்மனைப் படிகளில் அமர்ந்திருக்கிறோம். இலேசாகத் தென்றல் வீசுகிறது. எனது வார்த்தைகள் உங்களைச் சுற்றிலும் உண்டாக்கிடும் நகரம் எதுவாயினும் இத்தகைய அனுகூல நோக்கிலிருந்துதான் கிராமமாக இருந்து, சேறு சொதப்பிய கழிமுகக் காற்றினை தென்றல் தாங்கி வந்த போதும்'

'சிந்தனை வயப்பட்டு தியானிப்பவனின் பார்வையாக இருக்கிறது என்னுடையது என்பதை ஒத்துக்கொள்கிறேன். தீவுக் கூட்டங்களையும், மலைத் தொடர்களையும் கடந்து வந்தும், உன்னுடைய பார்வை இங்கிருந்து கிளம்பாதவனைப் போலவே இருக்கிறது.'

கவலைப்படும் போது, தனிப்பட்ட எண்ண ஓட்டத்தில் இருக்கவே சக்கரவர்த்தி விரும்புவார் என்பதை வெனீஸ் நாட்டவன் அறிவான், எனவே சக்கரவர்த்தியின் சிந்தையில் ஓடிக்கொண்டிருக்கும் சொல்லாடலில், மார்கோவின் பதில்களும் மறுதலிப்புகளும் தம்மிடத்தைப் பற்றிக் கொண்டன. அதாவது, அவர்களுக்கிடையே, கேள்விகளும், தீர்வுகளும் உரத்துச் சொல்லப்பட்டனவா அல்லது ஒவ்வொருவரும் அமைதியாக யோசித்துக்கொண்டிருந்தனரா என்பது பொருட்டாக இல்லை. உண்மையில், மெத்தைகளில் சாய்ந்து கொண்டும், ஊஞ்சல்களில் ஆடிக்கொண்டும், புகைக் குழாய்களைப் பிடித்துக்கொண்டும், கண்களைப் பாதி மூடியபடி அவர்கள் அமைதியாகவே இருந்தனர்.

தொலைதூர நகரங்களின் பரிச்சயமற்ற பிரதேசங்களில் ஒருவன் எந்த அளவுக்கு அங்கு சேர்வதற்காக தாண்டிச் செல்லும் இதர நகரங்களைப் புரிந்திருப்பான் என மார்கோ போலோ பதிலளிப்பதாக கற்பனை செய்து கொண்டான் (அல்லது, குப்ளாய்கான் அவனது பதிலை கற்பனை செய்து கொண்டான்) பயணங்களின் கட்டடங்களை மீண்டும் குறித்துக்கொண்டான். புறப்பட்ட துறைமுகம், இளைமையில் பரிச்சயமாயிருந்த இடங்கள், வீட்டின் சுற்றுப் புறங்கள் மற்றும் அவன் குழந்தையாயிருக்கையில் வெனீஸில் விளையாடிய சிறிய சதுக்கம் ஆகியவற்றை அறிய முடிந்தது.

இத்தருணத்தில் குப்ளாய்கான் குறுக்கிட்டார் அல்லது குறுக்கிடுவதாக கற்பித்துக் கொண்டார் அல்லது இத்தகைய தொரு கேள்வியுடன் குறுக்கிடப்படுவதாக, மார்கோ போலோவே கற்பித்துக்கொண்டான். 'தலையைத் திருப்பி வைத்துக் கொண்டு நீ எப்போதும் போகிறாய்?' அல்லது நீ பார்ப்பதெல்லாம் பின்புறமாகத்தானா? அல்லது உனது பயணம் கடந்த காலத்தில் மட்டுமே நடக்கிறதா?'

தான் எப்போதும் தேடிவருவது முன்னோக்கி இருப்பதையே, அது கடந்த காலத்ததாக இருப்பினும், பயணத்தைத் தொடரும் போது படிப்படியாக மாறிடும் கடந்த காலமே அது, ஏனெனில் பயணியின் கடந்த காலமானது அவன் செல்லும் தடத்திற்கேற்ப மாறுவது, கடந்து செல்லும் ஒவ்வொரு நாளும் சேர்த்திடும் நாளாகிய உடனடியான கடந்த காலமன்று. மாறாக, மிகவும் தொலைதூரத்து கடந்த காலம் என மார்கோ போலோ விளக்க முடிந்தது அல்லது விளக்குவதாக கற்பித்துக்

கொள்ள முடிந்தது அல்லது தனக்குத் தானே விளக்கிக் கொள்வதில் வெற்றிபெற முடிந்தது. ஒவ்வொரு புதிய நகரை அடையும் போதும், தான் பெற்றிராத கடந்த காலத்தையும் அயல்நாடுகளில் இல்லாதபோதும் அயல்தன்மையினையும் பயணி மீண்டும் கண்டுகொள்கிறான்.

மார்கோ போலோ ஒரு நகருக்குள் நுழைகிறான். சதுக்கம் ஒன்றில் தன்னுடையதாக இருக்கக்கூடிய வாழ்க்கையொன்றை அல்லது கணத்தினை ஒருவன் வாழ்ந்து கொண்டிருப்பதாகக் காண்கிறான். அம் மனிதனது இடத்தில் அவன் இப்போது இருக்க முடியும். நீண்ட காலத்திற்கு முன் அவன் காலத்தில் நின்று போயிருந்தால் அல்லது நெடுங்காலத்திற்கு முன், சாலைகளின் சந்திப்பில் தான் சென்றிருந்த சாலைக்குப் பதிலாக எதிர்சாலையில் போய் அலைந்து திரிந்து, அம்மனிதன் இப்போதிருக்கும் சதுக்கத்திற்கு வந்து சேர்ந்திருந்தால், ஆனால் இப்போது, அவ்வுண்மையான அல்லது கருதுகோளான அவனது கடந்த காலம் காத்துக்கொண்டிருக்கும். அல்லது அவனுடைய எதிர்காலமாக ஆகியிருக்கக் கூடியதும் மற்றும் இப்போது வேறொருவரின் நிகழ்காலமாக இருக்கக் கூடியதும் ஆன இன்னொரு நகருக்கு போயாக வேண்டும். சாதிக்கப்படாத எதிர்காலங்கள் கடந்த காலத்தின் கிளைகளே, மடிந்த கிளைகள்.

இச்சந்தர்ப்பத்தில் கானின் கேள்வி — 'பயணங்கள் என்பன உனது கடந்த காலத்தை இறக்கிவைப்பதற்கா, இக் கேள்வியினை இப்படியும் போடலாம். 'பயணங்கள் என்பன உனது எதிர்காலத்தை மீட்டுக்கொள்வதற்கா?'

மார்கோ போலோவின் பதில் — 'ஓரிடத்தில் எதிர்மறைக் கண்ணாடி இருக்கிறது. தான் பெற்றிராததும் ஒரு போதும் பெற இயலாததுமான பெரும்பகுதியைக் கண்டு கொண்டு, தன்னுடையதாக இருக்கும் சொற்பத்தை பயணி அடையாளம் காண்கிறான்.'

நகரங்களும் நினைவும் - 5

மௌரியாவில், நகருக்கு விஜயம் செய்யுமாறும் அதேசமயம், அந்நகரம் முன்னிருந்த விதத்தை எடுத்துக் காட்டும் பழைய அஞ்சலட்டைப் படங்களை பரிசீலிக்குமாறும் பயணி

வரவேற்கப்படுகிறார். பேருந்து நிலையம் இருக்குமிடத்தில் கோழியுடன் கூடிய அதே சதுக்கம், போர்த்தளவாடத் தொழிற்சாலை இருக்குமிடத்தில் வெண்ணிறக் குடைகளுடன் இருபெண்கள், நகரத்தாரை பயணி கவலைப்பட வைக்க விரும்பாவிட்டால், புதிய நகருக்குப் பதிலாக பழையதை விரும்பி அதனைப் போற்றிட வேண்டும். மாற்றங்கள் மீதான தனது வருத்தத்தை அடக்கிக் கொள்வதில் அவன் எச்சரிக்கையாயிருக்க வேண்டும் என்ற போதும்.

பழையதும் நாட்டுப்புறத்தன்மை கொண்டிருந்ததுமான மௌரிலியாவுடன் ஒப்பிடுகையில், பெருநகரமான மௌரிலியாவின் கம்பீரத்தையும் செழிப்பையும் ஏற்பதானது, இழந்து போன ஒருவகை அழகுக்கு ஈடுகட்ட முடியாத — அதனை இப்போது அஞ்சலட்டைப் படங்களிலேதான் காண முடியும், ஆனால் நாட்டுப்புற மௌரிலியா கண்ணுக்கு முன்னே இருந்தபோது, அழகுமிக்கதாக எதனையும் யாரும் காணவில்லை. மௌரிலியா இன்றைக்கும் எள்ளளவு மாறாமல் அப்படியே இருந்தாலும், யாரும் காணப் போவதில்லை. எப்படியிருப்பினும், அது எப்படி இருந்தது என்று பழைய காலத்து நினைப்புடன் நினைத்துப் பார்த்திட வைக்கும் கூடுதலான கவர்ச்சி, இப்பெருநகருக்கு உள்ளது.

சமயங்களில் வெவ்வேறான நகரங்கள், ஒரே இடத்தில், ஒரே பெயரில், ஒன்றையொன்று அறியாதபடிக்கு, தொடர்பு கொள்ளாதபடிக்கு ஒன்றை இன்னொன்று பின் தொடர்வதுண்டு. சமயங்களில் மக்களின் பெயர்களும், உச்சரிப்புகளும் முகக்கூறுகளும் ஒரே மாதிரியாக இருந்து விடும். ஆனால் பெயர்களுக்குப் பின்னும் இடங்களுக்கு மேலுமாக வாழும் தெய்வங்கள் ஒன்றும் கூறாதபடிக்குப் போய் விடும், அவர்களின் இடத்திலே பிறத்தியார் தங்கிவிடுவதுண்டு. அவர்களுக்கிடையே சம்பந்தம் ஏதுமில்லாததால் புதியவர்கள் நல்லவர்களா மோசமானவர்களா என்று கேட்பது அர்த்தமற்றதாகும். பழைய அஞ்சலட்டைகள் மௌரிலியாவை அது இருந்தது போல சித்தரிப்பதில்லை. வேறொரு நகரைச் சித்தரிக்கின்றன. சந்தர்ப்ப வசத்தால் அது மௌரிலியா என்றழைக்கப்படுகிறது என்பது போலத்தான்.

நகரங்களும் வேட்கையும் - 4

சாம்பல் நிற கற்களாலான பெரு நகரமாக ஃபெடோராவின் மையத்தில், ஒவ்வோர் அறையிலும் ஸ்படிக பூமியுருண்டையுடன் கூடிய உலோக கட்டிடம் இருக்கிறது. ஒவ்வொரு உருண்டை வழியாகப் பார்க்கும் போதும், வித்தியாசமான ஃபெடோராவின் மாதிரியமைப்பான நீல நகரமொன்றைக் காண முடியும். ஏதோ ஒரு காரணத்தால் ஃபெடோரா இன்று காண்பது போல ஆகியிருக்காவிட்டால், இவ்வடிவங்களையே அது கொண்டிருக்க முடியும், ஒவ்வொரு காலத்திலும் ஃபெடோரோவைப் பார்க்கும் யாராவது ஒருவர் அதனை இலட்சிய நகரமாக்கும் வழியொன்றை கற்பனை செய்வர். ஆனால் நுண்மாதிரியமைப்பை அவர் நிர்மாணித் திடும் போது, ஃபெடோரா அதே மாதிரி இருப்பதில்லை. நேற்றையவரைக்கும் சாத்தியமான எதிர்காலம், கண்ணாடி உருண்டையிலிருக்கும் பொம்மையாகிவிடும்.

பூமியுருண்டைகளுடன் கூடிய கட்டிடம் இப்போது ஃபெடோராவின் அருங்காட்சியகமாக இருக்கிறது, நகரவாசி ஒவ்வொருவரும் அங்கே விஜயம் செய்கிறார், தன் விருப்பங்களுக்கு இணைந்த நகரைத் தெரிவு செய்து தியானிக்கிறார். — கால்வாயின் (வற்றியிருக்காவிட்டால்) நீரினையெல்லாம் சேகரித்துக் கொண்ட குளத்தில், தனது நிழலாடுவதை கற்பனை செய்தவாறு — யானைகளுக்கென (இப்போது நகரிலிருந்து துரத்தப்பட்டு விட்டது). ஒதுக்கப்பட்ட சாலை வழியாக உப்பரிகையிலிருந்து தோன்றும் காட்சி — சாய்ந்திருக்கும் மாடத்து (தான் நிற்பதற்கான மேடையை அது ஒரு போதும் பெற்றதில்லை) படிக்கட்டுகளில் இறங்கி வரும் குதூகலம். மாபெரும் சக்கரவர்த்தியே, பெரியதும் கற்களாலானதுமான ஃபெடோராக்களுக்கும் இடம் இருக்க வேண்டும். அவையெல்லாம் சமமான அளவில் உண்மையானவை என்பதால் அல்லாமல், அவை எல்லாம் கற்பிதங்களே என்பதற்காக. தேவையான தென்று ஏற்றுக் கொள்ளப்பட்டதை ஒன்றுகொண்டிருக்கிறது. இன்னும் அப்படி கொண்டிருக்காதபோது, மற்றவைகளோ, சாத்தியமெனக் கற்பனை செய்யப்பட்டதைக் கொண்டுள்ளன. மறுகணம் அது சாத்தியமில்லாது போய்விடும்.

நகரங்களும் குறியீடுகளும் - 3

தனது வழித்தடத்தில் தனக்காகக் காத்திருக்கும் நகரைப் பற்றி இன்னும் அறியாத பயணி, அரண்மனை, பாசறை, ஆலை, தியேட்டர், பஜார் எல்லாம் எப்படியிருக்கப் போகிறது என அதிசயிக்கிறான். பேரரசின் ஒவ்வொரு நகரிலுள்ள ஒவ்வொரு கட்டிடமும் வித்தியாசமாகவும் புதிய முறையில் கட்டப்பட்டும் உள்ளது. ஆனால் அறியாத நகருக்குள் அந்நியன் வந்தவுடனேயே, கால்வாய்கள், தோட்டங்கள், குப்பைமேடுகள் வழியே மாடமாளிகைகளையும் கூட கோபுரங்களையும், வைக்கோற்போர்களையும் ஊடுருவிப் பார்த்ததும், இளவரசர்களின் அரண்மனைகள் எவை, தலைமை புரோகிதர்களின் ஆலயங்கள் எவை, விடுதி எது சிறை எது, என உடனடியாக அடையாளம் கண்டுகொள்கிறான். உருவமின்றி வடிவமின்றி வித்தியாசங்களால் மட்டுமே ஆன நகரமொன்று ஒவ்வொருவன் மனதிலும் உள்ளது. தனிப்பட்ட நகரங்கள் அதனை நிறைவு செய்கின்றன என்னும் கருதுகோளை இது உறுதிப்படுத்துகிறது என்று சிலர் கூறுகின்றனர்.

ஜோவைப் பொறுத்த அளவில் இது உண்மையன்று, இந்நகரின் ஒவ்வொரு புள்ளியிலும், நாம் தூங்க இயலும், சமைக்கலாம், நாம் தங்கத்தைப் பதுக்கலாம், அம்மணமாயிருக்கலாம், ஆட்சி புரியலாம், விற்பனை செய்யலாம், தெய்வ கட்டளைகளைக் கேள்விக்குள்ளாக்கலாம். எந்த ஒரு பிரமிடின் கூரையும் தொழுநோய் இல்லம் அல்லது குளிப்பறையின் கூரையாக முடியும். சுற்றிவரும் பயணிக்கு சந்தேகங்களின்றி வேறெதுவுமில்லை, மனதில் தனித்து நிற்கும் கூறுகளும் கலந்துவிடுகின்றன. அவன் அடைகின்ற முடிவு, இருப்பானது அதன் அனைத்து கணங்களிலும் அதுவாகவே இருக்குமானால், பிரிக்க முடியாத இருப்பின் இடம் ஜோவாகும். அப்படியாயின் இந்நகரம் ஏன் உயிர்த்திருக்கிறது? உட்புறத்திலிருந்து வெளிப்புறத்தையும், சக்கரங்களின் சடசடப்பிலிருந்து ஓநாய்களின் ஓலத்தையும் பிரிக்கும் கோடு ஏது?

மெல்லிய நகரங்கள் - 2

இவ்வகையில் அற்புதமான நகரமான ஜெனோபியாவைப் பற்றி இப்போது கூறுவேன். வறண்ட பீடபூமியில்

அமைந்திருந்தாலும், வீடுகள் மூங்கிலாலும் துத்தநாகத் தகடாலும் ஆனவை, பல மேடைகளும் உப்பரிகைகளும் ஒன்றையொன்று எதிர்கொள்ளும் வகையிலும், ஏணிகளாலும் சாய்வுப் பாதைகளாலும் இணைக்கப்பட்டு, கூம்புவடிவ மண்டபங்களும், நீர் சேகரிக்கப்பட்ட பீப்பாய்களும் தூண்டில் களும் பாரந் தூக்கிகளும் சூழ்ந்து காணப்படும்.

தமது நகருக்கு இவ்வடிவை அளித்திடுமாறு ஜெனோ பியாவை நிர்மாணித்தவர்களை உந்திய தேவை, அதிகாரம், ஆவல் எது என யாருக்கும் நினைவில்லை. தொடக்கத்திலிருந்தே தொடர்ச்சியான மேல் கட்டுமானங்களால் நகரம் இன்று வளர்ந்திருக்கும் தன்மை காரணமாக திருப்தியுண்டாயிற்றா என்று கூற இயலாது — புரிபடாத திட்ட வரைபடம் அது. சந்தோஷமான வாழ்க்கையெது என ஜெனோபியாவாசி ஒருவரை வினவினால், அவன் கற்பனை செய்து கொள்வது ஜெனோபியாவாகவும் இருக்கலாம் — ஆனால் முதல் மாதிரியிலிருந்து சேர்த்திணைத்த கூறுகளால் உருவானதாகவே இருக்கும் — என்பது மட்டும் நிச்சயமானது.

இதைச் சொல்லும் போது, ஜெனோபியாவை — சந்தோஷ மான நகரங்களுடன் சேர்ப்பதா என்று தீர்மானிக்க முற்படுவது அர்த்தமில்லாததாகும். இவ்விருவகையாக நகர்களைப் பிரிப்பது பொருளற்ற காரியம், ஆனால் இன்னொரு பிரிவாக பிரிக்கலாம். செல்லும் வருடங்கள் மற்றும் மாற்றங்கள் மூலம் ஆசைகளுக்கு தம் வடிவத்தை தொடர்ந்து தருபவை என்றும் ஆசைகள் நகரத்தை அழித்துவிடுவது அல்லது நகரத்தால் அழிந்து போகக் கூடியவை என்றும்.

வர்த்தகம் புரியும் நகரங்கள் - 1

வடமேற்கு திக்கில் எண்பது மைல்கள் சென்றால், ஒவ்வொரு தட்சிணாயணத்தின் போதும் உத்தராயணத்தின் போதும், ஏழு தேசத்து வியாபாரிகள் கூடுமிடமான எபிமியா நகரினை அடையலாம். இஞ்சி மற்றும் பருத்தியுடன் அங்கு வரும் படகானது இன்பசுங்கொட்டை, அபின் விதைகளுடன் மீண்டும் புறப்படும். சாதிக்காய் மற்றும் உலர் திராட்சை மூட்டைகளை இறக்கி வைக்கும் ஒட்டக வரிசை, பொன்னிற மஸ்லின் மூட்டைகளுடன் திரும்ப ஆயத்தமாயிருக்கும். ஆறுகளையும் பாலைகளையும் தாண்டி மனிதரை இங்கு

வரச்செய்வது பண்டமாற்று மட்டுமல்ல, அது எல்லா இடத்தும் ஒரே மாதிரிதான். சக்கரவர்த்தி கானின் பேரரசின் உள்ளேயும் சரி, வெளியேயும் சரி, ஈக்களிடம் இருந்து பாதுகாக்கப்பட்டு, பந்தல் நிழலின் மஞ்சள் நிற விரிப்புகளில் பரப்பப்பட்ட, விலைகள் குறைக்கப்பட்டு வழங்கப்படுவதுதான். எபிமியாவுக்கு வருவது வாங்கவும் விற்கவும் மட்டுமல்ல, அத்துடன் இரவில் சந்தையைச் சுற்றியுள்ள கணப்பருகே, பீப்பாய்கள், மூட்டைகள், குவிக்கப்பட்ட தரைவிரிப்புகள் மீதமர்ந்தவாறு, 'ஓநாய்', 'சகோதரி', 'மறைந்துள்ள பொக்கிஷம்', 'யுத்தம்', 'சொறி சிரங்கு', காதல்கள்', என ஒருவர் ஏதாவது ஒருவார்த்தையைக் கூறவும், மற்றவர் ஒவ்வொருவரும் தமது ஓநாய்கள், சகோதரிகள், பொக்கிஷங்கள், சொறி சிரங்குகள், காதலர்கள், யுத்தங்கள் பற்றின கதையை எடுத்துரைப்பர். போக வேண்டியுள்ள நீண்ட பயணத்தின் போது ஒட்டகத்தின் அசைவு அல்லது, சரக்கின் ஆட்டத்திலிருந்து விழிப்பாய் வைத்துக்கொள்வதற்கு, நினைவுகளை ஒவ்வொன்றாய் மீட்டுப்பார்க்க தொடங்குவோம், நமது ஓநாய் இன்னொருவரது ஓநாயாக ஆகியிருக்கும், நம் சகோதரி வேறொருவர் சகோதரியாயிருப்பாள், நம் யுத்தங்கள் மற்றவர் யுத்தங்களாயிருக்கும் — ஒவ்வொரு தட்சிணாயணத்தின் போதும் உத்தராயணத்தின் போதும் நினைவுகள் விற்கப்படும் நகரமான எபிமியாவிலிருந்து திரும்புகையில்.

புதிதாக வந்தவனும் லெவாண்ட் மொழிகளை அறியாதவனுமான மார்கோ போலோ, தன்பையிலிருந்து எடுக்கும் பொருட்கள் — முரசுகள், கருவாடு, மணியாரங்கள்— மூலமாகவும் சைகைகள், தாவுதல்கள், வியப்பு அல்லது அதிர்ச்சிக் கூச்சங்கள், நரியின் ஊளையிடுதலையும் ஆந்தையின் அலறலையும் செய்து காட்டுதல் மூலமாகவுமே தன்னை வெளிப்படுத்த முடிந்தது.

கதையின் ஒரு கூறுக்கும் மற்றதுக்குமிடையேயான தொடர்புகள் எப்போதும் சக்கரவர்த்திக்கு இயல்பாயிருப்ப தில்லை. பொருட்களுக்கு வேறுபட்ட அர்த்தங்கள் இருக்கும், அம்பறாத்தூணி யுத்தம் நெருங்குவதையோ, விளையாட்டு நிறைந்திருப்பதையோ, தளவாடங்கள் விற்கும் கடையினையோ குறிக்கலாம், நாழிகை வட்டிலானது காலம் செல்வதையோ, சென்றதையோ குறிக்கலாம்.

வாய்த்திறமை இல்லாத அறிவிப்பாளன் தரும் ஒவ்வொரு

சம்பவமோ செய்தியோ, குப்ளாய்கானுக்கு ஆர்வமூட்டக் காரணம் அதனைச் சுற்றியிருக்கும் வெளி வார்த்தைகளால் நிரப்பப்படாத வெற்றிடம்தான். மார்கோ போலோ விஜயம் செய்த நகரங்களைப் பற்றின விவரிப்புகள் இப்பண்பைக் கொண்டிருந்தன. அவற்றினூடே அலைந்து திரிந்து, சிந்தனை வயப்பட்டு, நின்று குளிர்காற்றை அனுபவிக்கலாம் அல்லது ஓடிவிடலாம்.

காலம் செல்லச் செல்ல மார்கோ போலோவின் கதைகளில் சைகைகள் மற்றும் பொருட்களை வார்த்தைகள் இடம் பெயரச் செய்தன. முதலில் வியப்புக்குறிகள், தனித்த பெயர்ச்சொற்கள், உலர்ந்த வினைச்சொற்கள், பின்னர் தொடர்கள், கிளைத்துச் செல்லும் சொல்லாடல்கள், உருவகங்கள் கற்றுக் கொண்டிருந்தான். அல்லது அந்நியனின் மொழியைப் புரிந்து கொள்ள சக்கரவர்த்தி கற்றுக்கொண்டிருந்தார்.

ஆனால், அவர்களுக்கிடையேயான தொடர்புறுத்தல் முன்பைவிட சந்தோஷகரமானதாக இல்லை என்று சொல்லக் கூடும். ஒவ்வொரு பிரதேசத்தின் மிக முக்கியமானவற்றையும் மற்றும் நகரத்தின் நினைவிடங்களையும் சந்தைகளையும் அழகு சாதனங்களையும், வனவிலங்குகளையும், தாவரங்களையும் பட்டியலிட்டுக் காட்டுவதில், பொருட்களையும் சைகைகளையும் காட்டிலும் வார்த்தைகள் மிகவும் பயனுடையவையாக இருந்தன என்று உறுதிபடக் கூறலாம். இருப்பினும், நாளுக்கு நாள், மாலைப் பொழுதுக்கு மாலைப்பொழுது அவ்விடங்களில் வாழ்க்கை எப்படியிருந்தது என போலோ பேசத் தொடங்கும் போது, வார்த்தைகள் பயனளிக்காது போயின. மெல்ல மெல்ல அவன் சைகைகளையும் விழி அசைவுகளையும் சார்ந்திருக்கத் தொடங்கினான்.

ஆகவே, ஒவ்வொரு நகருக்கும், துல்லியமான வார்த்தைகளில் அடிப்படைத் தகவல் தரப்பட்ட பின், உள்ளங்கைகளை விரித்தோ, மடக்கியோ, பக்கவாட்டில் திருப்பியோ, ஆவேசமாகவோ மெதுவாகவோ இயக்கியபடி கைகளை வைத்துக்கொண்டு மோன வியாக்கியானத்துடன் தொடருவான். புதுவகைப்பட்ட உரையாடல் ஒன்று உண்டானது. மோதிரங்களால் கனக்கும் சக்கரவர்த்தியின் வெண்ணிறக் கைகள், நரம்புகள் புடைக்க துடித்திடும் வியாபாரியின் கைகளுக்கு, மாட்சிமைமிக்க அசைவுகள் மூலம் பதிலளிக்கும். அவற்றுக்கிடையே புரிந்து கொள்ளல்

இடாலோ கால்வினோ | 37

வளரவும், நிலையான போக்குகளை அவர்தம் கரங்கள் பெறத்தொடங்கின, மாற்றம் மற்றும் திரும்பக்கூறுதலில் மனநிலை மாற்றத்தை அப்போக்குகள் ஒவ்வொன்னும் குறித்தன. பொருட்களின் சொற்கோவை மளிகைப் பொருட்களின் புது மாதிரிகளால் புதுப்பிக்கப்படும் போது மோன வியாக்கியானக் களஞ்சியம் தேங்கிப் போனதாக, மூடுண்டதாக தலைப்பட்டது. அதனிடம் திரும்பிப் போதலின் சுகமானது அவ்விரண்டில் குறையவும் செய்தது. பெரும் பகுதி நேரம் அவற்றின் உரையாடலின் போது, அவை அசைவற்றும் அமைதியாகவும் இருந்தன.

3

மார்கோ போலோவின் நகரங்கள் ஒன்றினை ஒன்று ஒத்திருப்பதை குப்ளாகான் கவனித்திருந்தார். ஒன்றிலிருந்து இன்னொன்றினை அடைவதற்கு பயணம் தேவையில்லை. சில அம்சங்களை மாற்றினாலே போதும் என்பது போல், மார்கோ விவரித்திருந்த ஒவ்வொரு நகரிலிருந்தும் மாபெரும் சக்கரவர்த்தியின் மனம், தன் பணியைச் செய்தது – நகரினை கூறு கூறாகப் பிரித்துப் போட்ட பிறகு, உறுப்புகளை இடம் பெயரச் செய்தும், மாற்றியும், தலைகீழாக்கியும், வேறு விதங்களில் மறுநிர்மாணம் செய்தது.

இதற்கிடையில் மார்கோ தன் பயண அறிக்கையை தொடர்ந்து கொண்டிருந்தான், ஆனால் சக்கரவர்த்தி கவனிக்கவில்லை.

குப்ளாய் குறுக்கிட்டார் ”இனிமேல் நகரங்களை நான் விவரிக்கிறேன். அவை இருக்கின்றனவா மற்றும் நான் நினைத்தபடி உள்ளனவா என்று மட்டும் நீ கூற வேண்டும். பாலைவனக் காற்று வீசக்கூடியதும், படிக்கட்டுகளைக் கொண்டதுமான நகரைப்பற்றி கேட்பதுடன் தொடங்குகிறேன். தேவாலயமாக இருக்கும் கண்ணாடிக் குடம் ஒன்று, மிதந்தும் பறந்தும் செல்லும் மீன்களைப் பின்பற்றிச் செல்லும் மக்கள் அவற்றிடமிருந்து சகுனங்களைப் பெறுவர். தன் கீற்றுகளால் காற்றில் இருக்க அதன் மீது பளிங்குக் கல்லாலான மேசை

சுற்றிலும் இருக்க அதன் மீது பளிங்காலேயே செய்யப்பட்ட உணவுகளும் பானங்களும் வைக்கப்பட்டுள்ள சதுக்கம்."

'அய்யா உங்கள் மனம் அலைபாய்ந்துகொண்டிருக்கிறது. நீங்கள் குறுக்கிட்ட போது இதே நகரைப் பற்றித்தான் நான் சொல்லிக் கொண்டிருந்தேன்."

'உனக்குத் தெரியும்? எங்கே இருக்கிறது எது? அதன் பெயர் என்ன?"

'அதற்குப் பெயரோ இடமோ இல்லை. அதனை ஏன் உங்களுக்கு விவரித்துக்கொண்டு இருந்தேன் என்பதை மீண்டும் கூறுகிறேன். கற்பனை செய்து பார்க்கக்கூடிய நகர்களின் எண்ணிக்கையிலிருந்து, பிணைக்கக்கூடிய சரடு, ஓர் அகவிதி, ஒரு நோக்கு, ஒரு சொல்லாடல் இல்லாமல் கட்டமைந்துள்ளவற்றை விலக்கிட வேண்டும். கனவுகளைப் போலவே நகரங்களும், கற்பனை செய்து பார்க்கக்கூடிய எதனையும் கனவு காணலாம். ஆனால் மிகவும் எதிர்பாராத கனவுகூட ஆசையையோ அச்சத்தையோ மறைத்திருக்கும் புதிரே. கனவுகளைப் போல் நகரங்களும் ஆசைகளாலும் அச்சங்களாலும் உருவானவை. அவற்றின் சொல்லாடல் இரகசியமானதாயும், விதிகள் அபத்தமானதாயும், நோக்குகள் ஏமாற்றக் கூடியதாகவும், மற்றும் ஒவ்வொன்றும் எதனையாவது மறைத்துக்கொண்டிருப்பதாயும் இருந்தபோதும்.

'எனக்கு அச்சங்களோ ஆசைகளோ கிடையாது. என் கனவுகள் சிந்தையால் உருவானவை அல்லது சந்தர்ப்பத்தால் உருவானவை.'

'தாம் சிந்தை அல்லது சந்தர்ப்பத்தால் உருவானவை என நகரங்களும் நம்பிக்கொண்டிருக்கின்றன. ஆனால் இவற்றில் எதுவும் நகரங்களின் சுவர்களை விழாது செய்ய இயலாது. நகரிலுள்ள ஏழு அதிசயங்களிலோ அல்லது எழுபது அதிசயங்களிலோ நீங்கள் சந்தோஷம் கொள்வதில்லை. உங்களது கேள்விக்கு அது அளிக்கும் பதிலில்தான் சந்தோஷம் கொள்கிறீர்கள். அல்லது ஸ்பிங்ஸின் வாய் மூலமாக தீப்ஸ் 2 வற்புறுத்துவது போல, தம்மை பதிலளிக்க கட்டாயப்படுத்தும் வகையில் அது கேட்கும் கேள்வியில் சந்தோஷம் கிடைக்கிறது.

நகரங்களும் வேட்கையும் - 5

நிலவொளி வீசுவதும், நூற்கண்டுக்குள் இருப்பது போல தெருக்கள் பின்னிக்கிடப்பதும், வெண்ணிறம் கொண்டதுமான ஜொபைட் நகரினை ஆறுபகல், ஏழு இரவு கழித்து அடையலாம். அது நிறுவப்பட்டது குறித்து இக்கதையை கூறுகின்றனர். பல நாட்டவர்களுக்கும் ஒரே மாதிரியான கனவு இருந்திருந்தது. தெரியாத நகர் வழியே இரவு நேரத்தில் பெண்ணொருத்தி ஓடுவதை அவர்கள் கண்டனர். நீண்ட கூந்தலுடைய அவள் நிர்வாணமாயிருந்தாள். அவளைப் பின் தொடர்வதாக கனவு கண்டனர். வளைந்து சென்ற போது, ஒவ்வொருவரும் விட்டுவிட்டனர். அக்கனவுக்குப் பின்னர், அந் நகரைத் தேடிப் புறப்பட்டனர். அதனைக் காணவே முடியவில்லை. ஆனால், ஒருவரை ஒருவர் கண்டு கொண்டனர். கனவில் கண்டது போன்ற நகரினை நிர்மாணித்திடத் தீர்மானித்தனர். தெருக்களை அமைத்திடும் போது தான் சென்ற பாதையை ஒவ்வொருவரும் பின்பற்றினர். தாங்கள் தொடர்வதை நிறுத்திய இடத்தில், கனவினின்றும் வேறுபட்டதான வெளிகளையும் சுவர்களையும் உண்டாக்கினர். அப்போது தான் அவளால் மீண்டும் தப்ப முடியாது என்பதால்.

அக்காட்சி ஓர் இரவில் மீண்டும் வரும் என எதிர்பார்த்து அவர்கள் நிலை கொண்டுவிட்ட நகரம் ஜொபைட் இதுதான். யாரும் தூங்கவும் இல்லை. விழித்திருக்கவும் இல்லை. அப்பெண்ணை எப்போதும் காணவில்லை. கனவில் விரட்டிச் சென்ற சம்பவத்துடன் தொடர்பேதும் இன்றி, ஒவ்வொரு நாளும் அவர்கள் வேலை செய்யச் சென்றவை அந்நகரின் தெருக்கள். அது அப்போதே அறுந்து போயிற்று.

அவர்களுடையது போன்ற கனவு கொண்டிருந்த புதியவர்கள் மற்ற தேசங்களிலிருந்து வந்தனர். ஜொபைட் நகரில் கனவுத் தெருக்களின் சிலவற்றை அடையாளம் கண்டுகொண்டனர். கனவுப் பெண்ணைத் துரத்திச் சென்ற பாதையினை அடையாளம் கண்டுகொண்டனர். கனவுப் பெண்ணைத் துரத்திச் சென்ற பாதையினை ஒத்திருக்கும் விதத்தில் வளைவுகள் மற்றும் படிக்கட்டுகளின் இருப்பிடங்களை மாற்றினர். அப்போதுதான் அவள் மாயமாய்ப்போன இடத்தில் தப்பிக்கும் வழி இருக்காது என்பதால், இந்த அருவருப்பான நகருக்கு, இப்பொறிக்கு இம்மக்களை வரச் செய்தவை எவை என்பதை அந்நகருக்கு

முதலாவதாக வருவபரால் புரிந்துகொள்ள முடியாது.

நகரங்களும் குறியீடுகளும் - 4

தொலைதூர நாட்டிலுள்ள பயணி எதிர்கொள்ள வேண்டியுள்ள மொழியின் மாற்றங்களில் எதுவும், ஹைபாடியா நகரில் அவனுக்கென காத்திருப்பதற்கு இணையாகாது. ஏனெனில் இம்மாற்றம் வார்த்தை சம்பந்தப்பட்டதாக இல்லாது பொருட்கள் சம்பந்தப்பட்டதாக இருப்பதே. ஹைபாடியாவில் ஒரு காலைப் பொழுதில் நுழைந்தேன். நீலக் காயல்களில் மக்னோலியத் தோட்டம் பிரதிபலித்தது. குளித்துக்கொண்டிருக்கும் இளம் பெண்களைக் காண முடியும் என்று உறுதியுடன் வேலியோரம் நடந்தேன். ஆனால் அடியாழத்தில் கழுத்துகளில் கட்டப்பட்டுள்ள கற்களுடன் தலைமுடிகளில் கடற்பாசிகள் பின்னிக்கிடக்க தற்கொலை செய்துகொண்டோரின் விழிகளை நண்டுகள் பிடுங்கித் தின்றுகொண்டிருந்தன.

ஏமாற்றப்பட்டதாக உணர்ந்த நான், சுல்தானிடம் நீதி கேட்பதென முடிவெடுத்தேன். மிக உயரமான மணிக் கூண்டுகளைப் பெற்றுள்ள அரண்மனையின் வெண்ணீலக் கற்படிகளில் ஏறினேன். நீருற்றுகளையுடைய கூரை வேய்ந்த ஆறு முற்றங்களைத் தாண்டினேன். மைய மண்டபம் இரும்புக் கிராதிகளால் தடுக்கப்பட்டிருந்தது. பூமிக்குக் கீழுள்ள பிணைக்கப்பட்ட குற்றவாளிகள் பசிய நிற எரிமலைக் கற்பாளங்களைப் பிளந்துகொண்டிருந்தனர்.

தத்துவாசிரியர்களிடம் என்னால் கேள்வி கேட்கவே முடியும். பெரும் நூலகத்தில் நுழைந்தேன். தடிமனான தொகுதி களையுடையே நிலைகுலைந்து போயிருக்கும் அடுக்குகளில் ஆழ்ந்து போனேன். மறைந்துவிட்ட எழுத்துகளின் அகர வரிசையை கீழ், மேல் மண்டபங்களிலும் படிக்கட்டுகளிலும் பாலங்களிலும் தேடினேன். புகை மூட்டத்திலுள்ள பாபிரஸ் அடுக்கில் திகைப்புண்ட இளைஞனின் விழிகள் தென்பட்டன. பாயில் கிடந்த அவன் அபின் குழாயைப் புகைத்துக்கொண்டிருந்தான். “துறவி எங்கே இருக்கிறார்?” புகைத்துக்கொண்டிருந்தவன் சன்னலுக்கு வெளியே சுட்டிக்காட்டினான். குழந்தைகளுக்கான விளையாட்டு சாதனங்களைக் கொண்ட தோட்டம் அது. தத்துவ ஆசிரியர்

புல்வெளியில் அமர்ந்திருந்தார். "குறிகள் மொழியை உருவாக்குகின்றன. ஆனால் நீ அறிந்திருப்பதாகக் கருதுவது அல்ல."

கடந்த காலத்தில், நான் தேடியவற்றை எனக்கு அறித்திட்ட படிமங்களிலிருந்து, என்னை விடுவித்துக்கொள்ள வேண்டும் என்பதை நான் உணர்ந்திருந்தேன். அப்போதுதான் ஹைபாடியாவின் மொழியைப் புரிந்துகொள்வதில் என்னால் வெற்றி பெற இயலும்.

"இப்போது, குதிரைகள் கனைப்பதையும், சவுக்குகள் சொடுக்குவதையும் கேட்ட மாத்திரத்தில் ஒருவகை கிளர்ச்சி எழுந்துவிட்டது. ஹைபாடியாவில் அழகிய பெண்களைக் காண வேண்டுமானால், லாயங்களுக்கும் பந்தய மைதானங்களுக்கும் செல்ல வேண்டும். காலில் கவசங்களுடன் தொடைகள் தெரிய அப்பெண்கள் குதிரைகளில் ஏறுவர் — அந்நிய நாட்டு இளைஞன் யாரையாவது பார்த்துவிட்டால், வைக்கோற் போரிலிருந்தபடியோ மரத்துகள் குவியலில் இருந்தபடியோ பாய்ந்து விழுந்து முலைக்காம்புகளைக் கொண்டு அழுத்தி விடுவார்கள்.

என் ஆன்மா இசை தவிர்த்த வேறெந்த தூண்டுதலையோ உற்சாகத்தையோ நாடாத போது, கல்லறைகளுக்குச் சென்று விடுவேன். கல்லறைகளில் இசைக் கலைஞர்கள் மறைந்திருப்பர். ஒன்றிலிருந்து இன்னொன்றிற்கு, புல்லாங்குழலின் நடுங்கும் சப்தமும் யாழின் தந்திகளும், ஒன்று மற்றதிற்குப் பதில் வழங்கிடும்.

ஹைபாடியாவிலும் கூட, கிளம்ப வேண்டும் என்பது மட்டுமே எனது ஆசையாக இருக்கும் நாளும் வரவே செய்யும். அப்போது துறைமுகத்திற்குப் போகக்கூடாது. மாறாக கோட்டையின் உச்சிக்குச் சென்று கப்பலுக்காக காத்திருக்க வேண்டும் என்பதை அறிவேன். ஆனால் அது போய்ச் சேருமா? ஏமாற்றில்லாத மொழியேதும் கிடையாது.

மெல்லிய நகரங்கள் - 3

ஆர்மில்லா — பூர்த்தியாகாமலிருப்பதற்கோ நாசப் படுத்தப்பட்டிருப்பதற்கோ காரணம், மோகமோ மனதின்

விருப்பு வெறுப்போ என்பதை நானறியேன் அதற்கு மதில்கள் கிடையாது. கூரைகள் கிடையாது, தரைகள் கிடையாது, வீடுகள் இருந்திருக்கக் கூடிய இடத்தில் தண்ணீர்க் குழாய்கள் செங்குத்தாய் உயர்ந்தும், தரைகள் இருந்திருக்க வேண்டிய இடத்தில் கிடைமட்டமாயும் இருப்பது தவிர, அதனை நகரமாகத் தோன்றச் செய்வதற்கு ஒன்றும் இல்லை. குடிநீர் குழாய்களிலும் குளிக்கும் பூத்துவாலை இணைப்புகளிலும் பீறிட்டடிக்கும் ஊற்றுக்குழாய்களிலும், முடிவுறும் குழாய்களின் காடாக இருந்தது. வானத்திற்கு எதிரே கை கழுவும் பேசினோ, குளியல் தொட்டியோ, வேறு பீங்கான் சாதனமோ கிளைகளிலிருந்து தொங்கிக்கொண்டிருக்கும் பழத்தைப் போலக் காணப்படும். மேஸ்திரிகள் வருவதற்கு முன்பாக குழாய் வேலைக்காரர்கள் தம் பணியை முடித்துவிட்டுப் போய்விட்டனர். அல்லது அழிக்கவியலாத நீரேற்று இணைப்பு முறைகள், கறையான் அரிப்பு அல்லது நில நடுக்கம் போன்ற பெருநாசத்தைத் தாங்கி நின்றிருந்தது என நினைக்கக்கூடும்.

வசிப்பதற்கு முன்போ பின்போ கைவிடப்பட்ட ஆர்மில்லா, ஆள் அரவமற்றது என்று கூறிவிட முடியாது. குழாய்களுக் கிடையே பார்வையைச் செலுத்தினால் மெல்லிய, உயரமற்ற இளம் பெண்களை தனித்தும் கூட்டமாகவும் காணக்கூடும். குளியல் தொட்டிகளில் அமிழ்ந்தபடியோ, அந்தரத்தில் கவிந்திருக்கும் பூந்துவாலைக் குழாய்களின் கீழே வில் போல வளைந்து குளித்துக் கொண்டோ உலர்த்திக்கொண்டோ நறுமணம் ஊட்டிக்கொண்டோ நீள் கூந்தலைக் கண்ணாடியில் பார்த்து வாரிக்கொண்டோ இருப்பார்கள். பூந்துவாலை இணைப்புகளிலிருந்து வரும் நீரிழைகளும் குழாய்களிலிருந்து கொட்டுவதும் பீச்சியடிப்பதும் பொங்கிப் பாய்வதும் சூரிய ஒளியில் மின்னும்.

நான் இவ்விளக்கத்திற்கு வந்து சேர்ந்திருக்கிறேன். ஆர்மில்லா வின் குழாய்களின் பிரித்தனுப்பப்பட்ட நீரோடைகள் கொல்லிப் பாவையர் மற்றும் நீர் அணங்குகளின் பொறுப்பில் இருந்து வந்துள்ளது என. பூமிக்கு கீழுள்ள நாளங்களில் பயணம் செய்து பழகிப் போன அவர்கள், நீரூற்றுகளிலிருந்து வெடித்துக் கிளம்பி புதிய கண்ணாடிகளையும் விளையாட்டுகளையும் புதுமுறையில் நீரில் உல்லாசம் பெறுவதையும் பொருட்டு புதிய நீரமைப்பில் நுழைவது எளிதாக இருந்தது. தண்ணீரை தவறாகப் பயன்படுத்தியது கண்டு, புண்பட்டிருந்த அணங்குகளின் அருளை வேண்டுவதற்கான காணிக்கையாக,

அவர்களின் படையெடுப்பை மானுடர் கட்டி வைத்திருப்பர். எப்படியோ திருப்தி கொண்டதாகத் தோன்றுகிறது. காலை வேளைகளில் அவர்கள் களிபாடுவதைக் கேட்கலாம்.

வர்த்தகம் புரியும் நகரங்கள் - 2

மாபெரும் நகரமான குளோயியின் தெருக்களில் செல்வோரெல்லாம் அந்நியரே. ஒவ்வொரு சந்திப்பிலும், ஒருவர் மற்றவரைப் பற்றி, ஆயிரம் விஷயங்களை கற்பனை செய்துகொள்கிறார். அவர்களுக்கிடையே நிகழ்ந்திருக்கக்கூடிய சந்திப்புகள், உரையாடல்கள், வியப்புகள், தழுவல்கள், கடிகள். ஆனால் யாரும் யாரையும் முகமன் கூறி வரவேற்பதில்லை. ஒரு விநாடி பதிகின்ற விழிகள், உடனே மற்ற விழிகளைத் தேடி, நிற்காமல் பறந்துவிடுகின்றன. தோளில் குடையொன்றை சுழற்றியபடியும், வளைந்திருக்கும் இடையே இலேசாக அசைந்தபடியும் பெண்ணொருத்தி வந்து கொண்டிருக்கிறாள். முகத்திரையின் பின்னுள்ள விழிகள் பரபரக்க, உதடுகள் துடிதுடிக்க தனது வயதென்ன என்பதைக் காட்டிக்கொண்டும் கறுப்பு உடையணிந்த ஒருத்தி வந்துகொண்டிருக்கிறாள். பச்சைகுத்தின பாரிய உருவம் ஒன்று வந்துகொண்டிருக்கிறது. நரையுடன் கூடிய இளைஞன் ஒருவன், குள்ளமான பெண் ஒருத்தி பவளப்பாசிகள் அணிந்த இரட்டையரான இருபெண்கள். ஒன்றுள் இன்னொன்றைத் தொடர்புறச் செய்து, அம்புகளையும், நட்சத்திரங்களையும் முக்கோணங்களையும் வரவழைத்திடும் கோடுகள் போன்ற பார்வைப் பரிமாற்றம் ஒன்று அவர்களிடையே செல்கிறது. அடுத்த கணத்தில் இதர பாத்திரங்கள் காட்சிக்கு வந்துவிடும். சிறுத்தையுடன் இருக்கும் ஒருவன், நெருப்புக் கோழியின் இறகுகளாலான விசிறியுடன் கூடிய கோமாளி ஒருவன், இருபது வயதுக்குட்பட்ட ஒருவன், தடிமனான பெண்ணொருத்தி மழைக்கு ஒதுங்கி ஓரிடத்தில் இருக்கும்போது அல்லது கடைவீதியின் கூரையொன்றின் கீழ் கூடியிருக்கும் போது அல்லது சதுக்கத்தில் வாத்தியக் குழுவின் இசையைக் கேட்க நிற்கும் போது, என்றாவது மக்கள் ஒன்றுகூடும் போது, ஒரு வார்த்தை பேசாதபடிக்கும், ஒரு விரல் தீண்டாதபடிக்கும், ஒரு விழி சீறாதபடிக்கும், அவர்களிடையே கூட்டங்களும் கலவிகளும், வெறியாட்டங்களும் நிகழ்ந்துவிடும்.

நகரங்களில் மிகவும் கற்புடையதான குளோயியை ஒரு

கிளர்ச்சி அதிர்வு எப்போதும் உலுக்கிக் கொண்டிருக்கிறது. ஆடவரும் பெண்டிரும் நொடிப்பொழுதில் தோன்றி மறையும் அவர்தம் கனவுகளை வாழ்ந்திடத் தொடங்கினால், ஒவ்வொரு ஆவியும் ஒரு நபராகிவிடும் – பின்தொடர்ந்து, பாவனைகள், தவறான புரிந்துகொள்ளல்கள், மோதல்கள், அடக்குமுறைகள் மற்றும் புனைவுகளின் களியாட்டங்கள் ஆகியவை அந்நபருடன் தொடர்வது நின்றுவிடும்.

நகரங்களும் விழிகளும் - 1

கூடங்கள் ஒன்றுக்கு மேல் இன்னொன்றாக இருக்கும் வீடுகளையும் சுற்றுச்சுவர்கள் தண்ணீரில் எட்டிப் பார்க்கும் வீதிகளையும் கூடிய வால்திரதா நகரை பழங்காலத்தவர் ஏரியின் கரைகளில் கட்டுவித்தனர். எனவே இங்கு வரும் பயணி இரு நகரங்களைக் காணுகிறார். ஏரிக்கு மேலாக எழுப்பப்பட்டுள்ள ஒன்றையும் ஏரியில் தலைகீழாக பிரதிபலிக்கும் இன்னொன்றையும். இன்னொன்று நிகழாதபடிக்கு ஒன்றில் எதுவும் இருப்பதோ, நிகழ்வதோ கிடையாது. ஏனெனில் அதன் ஒவ்வொரு புள்ளியும் கண்ணாடியில் பிரதிபலிக்கும் வகையில் நகரம் நிர்மாணிக்கப்பட்டுள்ளது. மற்றும் ஏரிக்கு மேல் எழுந்துள்ள வளைவுகளையும் கூம்புகளையும் விமானங்களையும் மட்டுமல்லாமல், தரைகள் மற்றும் கூரைகளுடன் கூடிய அறைகளின் அகங்களையும், மண்டபங்களின் பார்வைக் கோணத்தையும் ஒப்பனைக் கண்ணாடிகளையும் நீரிலுள்ள வால்திரதா கொண்டிருக்கும்.

வால்திரதாவில் வசிக்கும் ஒவ்வொருவரும் தமது ஒவ்வொரு செயலும் ஒரே சமயத்தில் செயல் மற்றும் கண்ணாடிப் படிமமாக உள்ளது என்றும் – அப்படிமம் விசேடமான படிமங்களின் கண்ணியமிக்கது என்றும் இவ்வுணர்வானது அவர்களை மறதியிலிருந்து தடுத்துவிடுகிறது என்றும் அறிவர். காதலர்கள் கூட மேலான சுகம் தரும் வகையில் ஒருவரையொருவர் தமது நிர்வாண உடல்களால் இடித்துக்கொள்ளும் போதும், கொலையாளிகள் கழுத்தின் கரிய நாளங்களில் கத்தியை செருகும் போதும் உறைந்துபோன ரத்தம் எவ்வளவு கொட்டுகிறதோ அவ்வளவு துரிதமாக கத்தியை இறக்குவர். அவர்களது கலவியோ கொலையோ ஒரு பொருட்டாக

இருந்ததில்லை. மாறாக கண்ணாடியில் ஆடாது அசையாது சில்லிட்டிருக்கும் படிமங்களின் கலவியோ கொலையோ தான் கவர்வதாக இருந்தது. சமயங்களில் கண்ணாடி ஒன்றின் மதிப்பை அதிகரிக்கும். சமயங்களில் மறுதலிக்கும், பிரதிபலிக்கும் போது, மரபுக்குரியதாகத் தோன்றும் ஒவ்வொன்றும் தனது ஆற்றலைக் கொண்டிருப்பதில்லை. இவ்விரட்டை நகரங்கள் இணையானவை அல்ல. ஏனெனில் வால்திராவில் இருக்கும் அல்லது நிகழும் எதுவும் சரிசமக் கூறுகளுடையதல்ல. ஒவ்வொரு முகமும் சைகையும் கண்ணாடியிலிருந்து வரும் புள்ளிக்குப் புள்ளி தலைகீழான முகத்தாலும் சைகையாலும் பதிலளிக்கப்படும், தம் விழிகள் கவ்வியபடி இரு வால்திரதாக்களும் ஒன்று மற்றதுக்காக வாழ்ந்தன. அவற்றிடையே காதலில்லை.

சக்கரவர்த்தி கான் நகரமொன்றைக் கனவு கண்டிருக்கிறார். அதனை மார்கோ போலோவுக்கு விவரிக்கிறார்.

துறைமுகத்தின் நிழலானது வடக்கு நோக்கியிருக்கிறது. கரிய நீரின் மீதிருக்கும் தளங்கள் தாங்கி நிற்கும் சுவர்களில் சரிந்து நிற்கின்றன. கற்படிகள் கடற்பாசிகளால் வழுக்குமாறு செய்யப்பட்டுள்ளன. குடும்பத்தினரிடமிருந்து விடை பெறுவதற்காக நின்றிருக்கும் பயணிகளுக்காக காத்திருக்கும் படகுகள் தார் பூசப்பட்டு கட்டப்பட்டுள்ளன. விடை பெறுதல்கள் கண்ணீரில் நிசப்தமாக நிகழுகின்றன. குளிராயிருக்கிறது. எல்லாரும் தலைகளில் சால்வை கட்டியிருக்கின்றனர். படகுக்காரர்களிடமிருந்து கிளம்பும் ஒரு கத்தல் தாமதங்களுக்கு முற்றுப்புள்ளி வைத்துவிடுகிறது. கரையிலிருப்பவர்களைப் பார்த்துக் கொண்டே கப்பலின் முகப்புக்குப் பயணி விரைகின்றான். கரையிலிருந்து பார்க்கும் போது அவன் தென்படுவதாயில்லை. நங்கூரம் பாய்ச்சியிருக்கும் கப்பலுக்கு அருகில் படகு நிற்கிறது. ஏணியில் குள்ள உருவம் ஒன்று ஏறுகிறது. மறைந்துவிடுகிறது. நங்கூரத்தைப் பிணைத்திருக்கும் துருப்பிடித்த சங்கிலி அவிழ்க்கப்படும் போது கலகலக்கிறது. கப்பல் முனையில் திரும்பும் வரை கரையிலிருப்பவர் விழிகள் அதனைப் பின் தொடர்கின்றன. கடைசி முறையாக அவர்கள் வெண் துணியொன்றை ஆட்டுகின்றனர்.

புறப்படு, ஒவ்வொரு கரையிலும் தேடு, இந்நகரைக் கண்டுபிடிப்பின், திரும்பி வந்து என் கனவு, யதார்த்தத்துடன் ஒத்துப் போகிறதா என்பதைக் கூறு.

'பிரவுவே மன்னிக்க வேண்டும், விரைவிலேயோ, பின்னரோ அத் துறைமுகத்திலிருந்து கிளம்புவேன் என்பதில் சந்தேகமில்லை. ஆனால் அதனைப் பற்றி எடுத்துக் கூறுவதற்காக–திரும்பி வரமாட்டேன். அந் நகரம் இருக்கிறது அதற்கொரு வலுவான கனவு இருக்கிறது. புறப்படுதல்களையே அது அறியும், திரும்புதல்களை அல்ல,

4

உதடுகள், புகைக் குழாயைப் பற்றியிருக்க தாடி, செவ்வந்திக்கல் பதித்த கழுத்துப் பட்டையில் படிந்திருக்க, மென்பட்டுக் காலணிகளில் பாதநுனிகள் நடுக்கத்துடன் வளைந்திருக்க, புருவத்தை உயர்த்தாதபடிக்கு மார்கோ போலோ கூறுவதை குப்ளாய்கான் கேட்டார். இத்தகு மாலைப் பொழுதுகளில் மனவாட்டத்தின் நிழல் அவர் நெஞ்சில் படிந்தது.

'உன் நகரங்கள் இல்லவே இல்லை. ஒரு வேளை அவை ஒரு போதும் இருந்திருக்காது. மீண்டும் இருக்கப் போவதும் கிடையாது. ஆறுதலூட்டும் கதைகளால் உன்னை ஏன் குதூகலப்படுத்திக் கொள்கிறாய்? எனது பேரரசானது சதுப்பு நிலத்தில் கிடக்கும் சவத்தைப் போல அழுகிக் கொண்டிருக்கிறது — அதனைக் கொத்தும் காகங்களையும் அதனால் உரம் பெற்று வளரும் மூங்கிலையும் அதன் தொற்று நோய் பற்றிக் கொள்கிறது என்பதை அறிவேன். இதனைப் பற்றி ஏன் என்னிடம் பேசக்கூடாது? தார்தாரியர்களின் பேரரசனிடம் ஏன் பொய் கூறுகிறாய், அந்நியனே?'

சக்கரவர்த்தியின் இருண்ட மனநிலையுடன் ஒத்துப்போவது மேலானது என்பதை போலோ அறிவான். "ஆம் பேரரசை நோய் பீடித்துள்ளது. அது தனது புண்களுடன் பழகிப்போக முயல்வதுதான் மிக மோசமானதாகும், எனது தேடல்களின் நோக்கம் இதுதான், இன்னும் காணக்கூடியதாயிருக்கும்

இடாலோ கால்வினோ | 49

சந்தோஷத்தின் தடயங்களைப் பரிசீலிப்பது. அது குறைவாயிருப்பதைக் காண்கிறேன். உங்களைச் சுற்றிலும் எந்த அளவுக்கு இருள் சூழ்ந்துள்ளது என்பதை அறிய விரும்பினால் தொலைவிலுள்ள மங்கிய வெளிச்சத்தில் கூர்ந்து நோக்க வேண்டும்"

எனினும் வேறுசில போது பரவசத்தின் பிடிக்குள் இருந்தார் பேரரசர். இருக்கையிலிருந்து எழுந்து பாதையில் விரித்திருக்கும் விரிப்பினை நீண்ட காலடிகளால் அளப்பார். மரங்களில் தொங்கவிடப்பட்டுள்ள விளக்குகளால் ஒளியேற்றப்பட்டுள்ள அரண்மனைத் தோட்டங்களை அளவிடுவதற்காக வியப்பேறிய விழிகளால் மாடிக் கைப்பிடிச் சுவர் வழியாக நோக்குவார்.

'இருப்பினும் நான் அறிவேன்' என்பார். 'என் பேரரசானது ஸ்படிகங்களானது, அதன் மூலக்கூறுகள் கச்சிதமாக அமையப்பெற்றுள்ளன. தனிமங்களின் கூட்டத்தலிருந்து உறுதியான அழகிய வைரமொன்று, பட்டை கொண்டதும் அளப்பரியதும் ஊடுருவித் தெரிவதுமான மலையாக உருக்கொள்ளும். உனது பயணம் பதிவுகள் ஈடிணையற்று இந்நிகழ்வுப் போக்கை ஒருபோதும் பற்றாது. ஏமாற்றமளிக்கும் தோற்றங்களின் முன்னர் ஏன் நின்றுவிடுகின்றன. சாரமற்ற சோகங்களின் ஏன் சஞ்சாரம் செய்கிறாய்? சக்கரவர்த்தியன் விதியினுடைய மாட்சிமையை ஏன் அவரிடமிருந்து மறைக்கிறாய்?

"அய்யா, உங்களிடமிருந்துதான் சைகை ஒன்றிலிருந்து தனிச்சிறப்பு வாய்ந்ததும் முடிவானதுமான நகரம் தனது துருப்பிடிக்காத சுவர்களை எழுப்பும்போது, மீண்டும் நிர்மாணிக்க இயலாத அல்லது நினைவு கூர இயலாத, சாத்தியமாகக் கூடிய நகரங்கள், இதன் பொருட்டு மறைந்து விட்டுச்செல்லும் சாம்பலை நான் சேகரித்துக் கொண்டிருக்கிறேன். எந்த விலைமதிப்பு வாய்ந்த கல்லாலும் ஆறுதல்படுத்த முடியாத துயரத்தின் கப்பியை கடைசியாக நீங்கள் அறியும்போது, அவ்விறுதி வைரமானது அடைந்ததாக வேண்டிய காரட்களின் துல்லியமான எண்ணிக்கையை, உங்களால் கணக்கிட முடியும், இல்லாது போனால் உங்கள் கணக்குகள் ஆரம்பத்திலிருந்தே தவறாகப் போய்விடும்.

நகரங்களும் குறியீடுகளும் - 5

தன்னை விவரிக்கும் வார்த்தைகளுடன் அந்நகரைக் குழப்பிக்கொள்ளக்கூடாது என்பதை வேறு யாரையும்

விட நீங்கள் நன்றாக அறிவீர்கள். குப்ளாய் இருந்தபோதும் ஒன்றுக்கும் இன்னொன்றுக்கும் தொடர்பொன்று இருக்கிறது. செல்வச் செழிப்புள்ள ஒலிவியாவை உங்களுக்கு விவரிக்க வேண்டுமானால், கம்பிகள் பொருந்திய பலகணிகளையும் திரைக்கு அப்பால், வெண்மயில் தோகை விரித்தாடும் புல் வெளிக்கு சுழலும் ஜெட்பம்புகள் நீர்விட்டுக் கொண்டிருக்கும்.

ஒலிவியா புகை மூட்டத்திலும் வீடுகளில் அப்பியுள்ள மசகிலும், வண்டிகள் தெருக்களில் சடசடத்து நடந்து போவோரை சுவரில் மோதி நசுக்கிவிடுவதிலும் ஒரே சமயத்தில் மூடுண்டுள்ளது என்பதை அவ்வார்த்தைகளிலிருந்து நீங்கள் உணர்ந்து கொள்ளலாம். அங்கு வசிப்போரது உழைப்பை எடுத்துரைக்க வேண்டுமானால், தோல் நாற்றமெடுக்கும் குதிரைத் தளவாட கடைகளையும், கம்பளம் செய்யும்போது பெண்டிரையும், காற்றாலைச் சக்கரங்களை கூடவிடும் நீர்த்தாரைகள் கொண்ட தொங்கும் கால்வாய்களையும் பற்றிச் சொல்ல வேண்டும். ஆனால் அறிவு விளக்கம் பெற்ற தங்களது மனதில் இவ்வார்த்தைகள் ஏற்படுத்தும் படிமமானது, ஆயிரக்கணக்கான தடவை ஆயிரக்கணக்கான கைகள், ஒவ்வொரு முறைக்குமென உள்ள வேகத்தில், லேத் இயந்திரத்தின் பற்களுக்கெதிராக நிறுத்தப்பட்டுள்ள கடைசல் அச்சுப் பகுதியிலிருக்கும். பண்பட்டுள்ள நாகரிகத்தின் பாலும் சுதந்திரமான வாழ்க்கை முறையின் பாலும் ஒலிவியாவின் ஆன்மா எப்படிச் சாய்கிறது என்பதை உங்களுக்கு எடுத்துரைக்க வேண்டுமானால் பசுமையானதொரு முகத்துவாரத்தின் கரைகளிடையே, ஒளியேற்றப்பட்ட படகுகளில் இரவில் நழுவிச் செல்லும் பெண்களைப் பற்றிச் சொல்வேன். ஆனால் ஒவ்வொரு மாலை நேரத்திலும், தூக்கத்தில் நடப்பவர் வரிசைகள் போல, எல்லைப் புறத்தில் இறங்கும் அவர்களிடையெ கேலி கிண்டலையும் வேடிக்கைப் பேச்சையும் விடுவித்தபடி இருளில் வெடித்துச் சிரிக்கும் ஒருவர் எப்போதும் இருப்பார் என்பதை நினைவுபடுத்தவே இதைக் குறிப்பிடுகிறேன்.

ஒருவேளை இது உங்களுக்குத் தெரியாதிருக்கலாம். ஒலிவியாவைப் பற்றிப் பேசுவதென்றால், வேறு வார்த்தைகளை நான் பயன்படுத்தவே முடியாது. கம்பிகள் பதித்த பலகணிகளும், மயில்களும், குதிரை தளவாடக் கடைகளும், கம்பளம் நெய்வோரும், படகுகளும் முகத்துவாரங்களும் கொண்ட ஒலிவியா என்பது உண்மையிலேயே இருக்குமானால்,

அது ஒரு மோசமானதும் கறுத்ததும் மக்கள் மொய்க்கும் துளையானதும் ஆகிய ஒன்றெனவே இருக்கும். அதனை விவரித்திட, புகை மூட்டம், சக்கரங்களின் சடசடப்பு திரும்பத் திரும்ப நிகழும் காரியங்கள், கேலி கிண்டல்கள் என்னும் உருவங்களை நாட வேண்டியிருக்கும். பொய்மை என்பது வார்த்தைகளில் இல்லை. பொருட்களில் இருக்கிறது.

மெல்லிய நகரங்கள் - 4

ஸொப்ரோனியா நகரம் இரு பாதி நகரங்களால் உருவானது, ஒன்றில் கூரான முனைப்புகள் கொண்டு மெல்லச் சென்று கொண்டிருக்கும் கரையோரங்களும், பந்தய மைதானமும், பதுங்கி செல்லும் மோட்டார் சைக்கிள்காரர்களின் சாவு வேட்டையும், ஆடும் சாலைகள் தொங்கும் உடற்பயிற்சிக் கூடமும் இருக்கும். மற்றது இரும்பாலும் பளிங்காலும் சிமெண்டாலும் ஆனது. வங்கி, தொழிற்சாலைகள், அரண்மனைகள், இறைச்சிக்காக மிருகங்கள் வெட்டுமிடங்கள், பள்ளி போன்றவை நிறைந்தது. பாதி நகரங்களில் ஒன்று நிரந்தரமானது மற்றது தற்காலிகமானது. அதன் காலம் முடிவுற்றதும், அவர்கள் அதனை பெயர்த்தெடுத்து கலைத்து இன்னொரு பாதியில் வெறுமையாயிருக்கும் இடங்களில் இடமாற்றி வைத்துவிடுவர்.

ஆகவே வருடந்தோறும் பணியாளர்கள் பளிங்குக்கல் வரிசைகளை அகற்றுவதும் கற்சுவர்களை இடிப்பதும் சிமெண்ட் பூச்சுகளை அப்புறப்படுத்துவதும், அமைச்சக கட்டிடங்கள், நினைவுச் சின்னம், துறைமுகம், பெட்ரோலிய சுத்திகரிப்பு நிலையம், மருத்துவமனை ஆகியவற்றைத் தூக்கி வண்டிகளில் ஏற்றுவதுமான தினம் ஒன்று வரும். துப்பாக்கிப் பயிற்சி மையங்களும் பந்தய மைதானங்களும் கூடிய பாதி ஸொப்ரோனியா ஒட்டக வரிசை திரும்புவதற்காகவும், முழுமையானதொரு வாழ்க்கை மீண்டும் தொடங்குவதற்காகவும் மாதங்களையும் நாட்களையும் எண்ணத் தொடங்குகிறது.

வர்த்தகம் புரியும் நகரங்கள் - 3

ஈட்ரோபியா, தலை நகராயுள்ள பிரதேசத்தில் நுழையும் பயணி ஒரு நகரைக் காண்பதில்லை. மாறாக சம அளவுள்ளதும், ஒன்றைப் போலவே மற்றதும் இருக்கும், பரந்தும் உருண்டு செல்லுவதுமான பீடபூமிப் பகுதியில் சிதறிக் கிடப்பதுமான பல நகரங்களைக் காண்கிறான். ஈட்ரோபியா என்பது ஒன்றல்ல, இவ்வனைத்து நகரங்களும் ஒன்றிணைந்தது. ஒரு சமயத்தில் ஒன்றில்தான் மக்கள் வாழ்வர் மற்றவை வெறுமையாயிருக்கும். அது எப்படி என்பதை விவரிப்பேன். ஈட்ரோபியாவில் வாழ்வோர் சலிப்படையும் போது, தனது வேலை, உறவினர் தனது வீடு மற்றும் வாழ்க்கை, கடன், தான் வரவேற்கவேண்டிய அல்லது வரவேற்கப்படும் மக்கள் எல்லாவற்றையும் யாராலும் தாங்கிக்கொள்ள முடியாதபோது, அங்கு வசிப்போரெல்லாம் அடுத்த நகருக்கு செல்லத் தீர்மானிக்கின்றனர். அது காலியாகவும் அவ்வளவு புதிதாகவும் அவர்களுக்கென காத்துக் கொண்டிருக்கிறது. அங்கே ஒவ்வொருவரும் புதிய வேலைகளுக்குச் செல்வர். வேறு மனைவியை வைத்துக் கொள்வார், சன்னலைத் திறந்து வித்தியாசமான நிலவியல் காட்சியைக் காண்பர். அரட்டைகளில் மற்றும் நண்பர்களுடன் வேறுபட்ட பொழுதுபோக்குகளில் நேரத்தைச் செலவழிப்பா. பரிச்சயம், சரிவு, நீரோடைகள், காற்றுகளால் ஒவ்வொரு இடத்தையும் ஒருவிதத்தில் வித்தியாசமானதாய் ஆக்கிடும் நகரங்களிடையே ஒவ்வொரு தடவையும் அவர்கள் வாழ்க்கை புதுப்பிக்கப்படுகிறது.

அவர்களது சமூகம் சொத்து அல்லது அதிகார வகையில் தனிச்சிறப்பின்றி ஒழுங்குபடுத்தப்பட்டிருப்பதால், ஒரு காரியத்திலிருந்து இன்னொன்றிற்கு மாறுவதானது அநேகமாக அதிர்ச்சிகளின்றியே நடைபெற்றுவிடுகிறது. பல்வேறு பணிகள் காரணமாய் பலவிதத் தன்மை உத்தரவாக மாறுகிறது. எனவே ஒருவனது வாழ்நாளில் அவன் ஏற்கனவே செய்த வேலைக்கு அரிதாகவே திரும்புகிறான். இவ்வாறு காலியாயுள்ள சதுரங்கப் பலகையில் மேலும் கீழும் மாற்றி வைத்து ஒத்தத்தன்மையான அதன் வாழ்வை நகரமானது மீண்டும் மீண்டும் வாழ்கின்றது. அதே காட்சியினை வேறு நடிகர்களைக் கொண்டு அங்கு வாழ்வோர் மீண்டும் மீண்டும் நடித்துக் காட்டுகின்றனர். வெவ்வேறு வகையான தொனிகளுடன் அதே பேச்சுகளை மீண்டும் மீண்டும் பேசுகின்றனர். ஒத்த கொட்டாவி விடுவதில் அடுத்தடுத்த வாய்களை அவர்கள் திறக்கின்றனர். பேரரசின்

அனைத்து நகரங்களிலும் தனித்திருப்பதான ஈட்ரோபியா, எப்போதும் ஒரே மாதிரியாகவே இருக்கிறது. அலைபாயும் கடவுளான புதன் — புதனுக்குப் புனிதமாயிருப்பது இந்நகரம் — இந்நிலை மாறும் அற்புதத்தை உண்டாக்கினார்.

நகரங்களும் விழிகளும் - 2

பார்ப்பவர்களின் மனநிலைதான் ஜெம் ரூடிற்கு அதன் வடிவை அளிப்பது. விசிலடித்துக் கொண்டு செல்லும் போது, விசிலுக்குச் சற்று பின்னே மூக்கு இருக்கும்போது, கீழேயிருந்து அதனை அறிந்து கொள்ளக்கூடும். பலகணிப் படிக்கற்கள், அசைந்தாடும் திரைச்சீலைகள், நீரூற்றுகள், தலையைத் தொங்கப்போட்டுக்கொண்டும் நகங்களை உள்ளங்கைகளில் பதித்துக்கொண்டும் நடந்து சென்றால், தரையிலுள்ள சாக்கடைகளிலும், துவார மூடிகளிலும், மீன் செதில்களிலும் குப்பை கூளங்களிலும் பார்வை விழும். நகரின் சாரம்சமானது இன்னொன்றைவிட உண்மையானது என்று கூறிவிட முடியாது. ஆனால் நினைவில் வைத்திருக்கக் கூடியவர்களிடமிருந்தே மேல்ஜெம் ரூட்டைப் பற்றி அறிய முடியும் — ஒரே வகையான தெருக்கள் வழியே சென்று ஒவ்வொரு நாள் காலையிலும் முந்திய நாளின் கெட்ட பண்புகள் அவர்களுக்கு கீழே நசுங்கிக் கிடப்பதைப் பார்க்கும் அவர்கள் கீழ்ஜெம்ரூட்டிற்குள் அமிழ்ந்து போகின்றனர். சீக்கிரமாகவோ, தாமதித்தோ, நம்பார்வையை சாக்கடைக் குழாய்களின் வழியே செலுத்தியும் சாலைகளின் பாவுகற்களிலிருந்து விலகாதபடி இருக்கும் நாள் ஒவ்வொருவருக்கும் வருகின்றது. இதன் மறுதலையானது சாத்தியமற்றது. மிகவும் அரிதானது, எனவே, இப்போது ஜெம்ரூட்டின் தெருக்களிலிருக்கும் நிலவறைகள், நீரூற்றுகள்— மற்றும் கேணிகளில் பார்வையை பதித்தபடி நடந்து போய் கொண்டிருக்கிறோம்.

நகரங்களும் பெயர்களும் - 1

அங்கு வசிப்போர் திரும்பத் திரும்பக் கூறி வந்துள்ளதுடன் அக்லாவ்ராவைப் பற்றி நானொன்றும் சொல்லிட இயலாது. நாடறிந்த சீலங்கள், அதற்கிணையான அளவுக்கு தவறுகள், சில விநோதங்கள், விதிமுறைகளுக்கு மதிப்பளிக்கும்

வைதிகம் கொஞ்சம் சேர்ந்த தொகுப்பே அக்லாவ்ரா. பழங்காலத்தவர்கள், உண்மையற்றது என்று கருத இடமில்லாத வகையில், நீடித்து நிலைக்கும் பண்புகளை அக்லாவ்ராவுக்கு ஏற்றிக் கூறினார் — அவற்றை அவர் தம் காலத்து இதர நகரங்களில் இருப்பனவற்றுடன் ஒப்பிட்டுப் பார்த்து கூறப்பட்ட அக்லாவ்ராவோ, காணக்கூடிய அக்லாவ்ராவோ அப்போதிருந்து அப்படியொன்றும் மாறிவிடவில்லை என்றே கூறலாம், வேறுவிதமாக மாற்றியமைக்கப்பட்டுள்ள சீலங்கள் மற்றும் தவறுகளின் விதிப்படி, மோசமானதாக இருந்தது வழக்கமானதாக மாறியிருக்கிறது. இயல்பானதாக இருந்தது இப்போது அரிதானதாயிருக்கிறது. சீலங்களும் தவறுகளும் தம் மதிப்பை அல்லது மதிப்பின்மையை இழந்திருக்கின்றன. இந்தக் கருத்தில் பார்க்கும் போது அக்லாவ்ராவைப் பற்றிச் சொல்லப்பட்ட எதுவும் உண்மையன்று. எனினும் இக் கூற்றுகள் நகரைப் பற்றின திடமானதும் கச்சிதமானதுமான படிமம் ஒன்றை உண்டாக்குகின்றன. அதே சமயத்தில் அங்கு வசிப்போரிடமிருந்து பெறக் கூடிய அரைகுறை அபிப்ராயங்கள் சாரமற்றிருக்கிறது.

அவர்கள் பேசக்கூடிய நகரமானது இருப்பதற்கு தேவையான வற்றை பெரிதும் கொண்டுள்ளது. மாறாக அதனிடத்தில் இருக்கின்ற நகரமானது சொற்பமாகவே உயிர்த்திருக்கிறது.

தனிப்பட்ட முறையில் நான் பார்த்ததையும் அனுபவித்த தையும் கொண்டு, அக்லாவ்ராவை விவரித்திட விரும்பினால், அங்குமிங்கும் நிர்மாணிக்கப்பட்டு, குணநலன் ஏதுமின்றியுள்ள நிறமற்ற நகரம் அது என்பதை நான் சொல்லியாக வேண்டும். ஆனால் அதுவும் உண்மையாகிவிடாது. தெரு வழியாக உள்ள சில இடங்களில் சில நேரங்களில் தவறாததும், அரிதானதும், ஒரு வேளை மாட்சிமை பெற்றதுமான குறிப்பொன்று நம்முன் இருப்பதைக் காண முடியும். அது என்னவென்று கூறிட விரும்புவோம். ஆனால் அக்லாவ்ராவைப் பற்றி முன்னர் கூறப்பட்டுள்ளதெல்லாம், நம் வார்த்தைகளைச் சிறைப்படுத்திவிடும் மற்றும் எடுத்துரைப்பதற்குப் பதிலாக, அவற்றையே திரும்பக் கூறுமாறு செய்யும்.

எனவே, அங்கு வசிப்போர், அக்லாவ்ரா என்னும் பெயருடன் மட்டுமே வளர்கின்ற அக்லாவ்ராவில் வாழ்வதாகவே இன்னும் நம்பிக் கொண்டிருக்கின்றனர். நிலத்தின் மீது வளரும் அக்லாவ்ராவை அவர்கள் கவனிப்பதில்லை. இரு

நகரங்களையும் என் நினைவில் தெளிவாக வைத்திருக்க விரும்பும் நான் கூட, ஒன்றைப் பற்றி மட்டுமே பேசமுடியும், ஏனெனில் விவரிப்பதற்கான வார்த்தைகள் இன்மையால் மற்றதைப் பற்றி நினைவு கூர்தல் மறந்து போயிற்று.

இனிமேல் உனது பயணங்களில் நீ பார்க்கப் போகிற நகரங்களை — அவை இருக்குமானால் — விவரிப்பேன் என்று கூறியிருந்தார் சக்கரவர்த்தி. ஆனால் மார்கோ போலோ விஜயம் செய்த நகரங்கள் சக்கரவர்த்தியால் நினைக்கப்பட்ட வற்றிலிருந்து எப்போதும் வேறுபட்டிருந்தன.

'இருந்தபோதும் சாத்தியமாகக் கூடிய நகரங்களையெல்லாம் பெறக்கூடிய மாதிரி நகரமொன்றை என் சிந்தையில் நிர்மானித்திருந்தேன்' குப்ளாய் கூறினார். ஒவ்வொரு அம்சமும் விதிக்கேற்ப அது பெற்றிருந்தது. இருக்கக்கூடிய நகரங்கள் விதியிலிருந்து பல தரத்தில் வேறுபடுவதால், விதிவிலக்கை மட்டும் முன்கூட்டி அறிந்து, முடியக் கூடிய கலவைகளை மட்டும் கணக்கிட வேண்டியிருந்தது.

மற்ற நகரங்களையெல்லாம் பெறக்கூடிய மாதிரி நகரமொன்றை நானும் எண்ணி வைத்திருக்கிறேன் என்று பதிலளித்தார் மார்கோ. விதிவிலக்குகள், பிரத்யேகமானவை, ஒத்துப்போகாதவை, முரண்பாடுகளால் மட்டுமே ஆன நகரமது. இத்தகைய நகரமானது மிகவும் சாத்திமற்றதெனில் தனிமங்களின் எண்ணிக்கையைக் குறைத்து, அந்நகரம் உண்மை யிலே இருக்கிறது என்றும் சாத்தியப்பாட்டை அதிகரிக்கலாம். எனவே எனது மாதிரியினின்றும் விதிவிலக்குகளை மட்டும் கழித்து விட வேண்டும். எந்தத் திக்கில் கிளம்பினாலும், எப்போதும் விதிவிலக்காகவே உயிர்த்திருக்கும் நகரங்களில் ஒன்றை அடைவேன். ஆனால் ஒரு எல்லைக்கு அப்பால் என் நடவடிக்கையை நிர்ப்பந்திக்க இயலாது. மிகவும் சாத்தியப் பாடுள்ளதால் உண்மையாயிருக்க இயலாத நகரங்களை நான் சந்திப்பேன்.

5

அரண்மனையில் மேல்மண்டபத்திலிருந்து தன் பேரரசு வளர்ச்சி பெறுவதை சக்கரவர்த்தி கான் கவனிக்கின்றார். முடிவில் வெற்றிகொண்ட பிரதேசங்களை உள்ளடக்கிக் கொள்ளும் வகையில் எல்லைக்கோடு விரிவடைந்திருந்தது. ஆனால் ராணுவம் அரைபாதியாக கைவிடப்பட்ட பிரதேசங்களையும் குடிசைகளைக் கொண்ட வறண்ட கிராமங்களையும் நெல் வளராத புதர்களையும் எலும்பும் தோலுமான மக்களையும் வற்றின ஆறுகளையும் நாணல்களையும் எதிர்கொண்டது. எனது பேரரசானது வெளிப்புறத்தில் அதிக தூரத்திற்கு வளர்ந்துள்ளது. தன்னுள்ளாகவே வளர்வதற்கான நேரமிது என்று கருதினார் கான். அதிகம் பழுத்துவிட்டதால் வெடித்திருக்கும் பழங்களையுடைய மாதுளை தோட்டங்களையும், கொழுப்பு சத்து குறைய ஆரம்பிக்கவும் நிறமிழந்து போகும் எருதுகளையும், தகிக்கும் உலோகங்கள் கிடைக்கக்கூடிய பள்ளத்தாக்குகளையும் கனவு கண்டார் கான்.

பல பருவங்களின் விளைச்சல் களஞ்சியங்களை நிரப்பியுள்ளது. அரண்மனைகள் மற்றும் கோயில்களின் வெண்கலக் கூரைகளைத் தாங்கிடுவதற்கான விட்டங்களை ஆற்று வெள்ளம் கொண்டு வந்துள்ளது. அடிமைகளின் ஒட்டக வரிசைகள் வண்ணப் பளிங்கு கற்களை மலையாகக் குவித்துள்ளன. பூமியையும் மானுடரையும் கனமாக

அழுத்துகின்றனவும், சொத்து மற்றும் போக்குவரத்து நெருக்கடி மண்டியனவும், படிநிலை அமைப்புகள் மற்றும் பொறியமைவுகளால் சிக்கப்பட்டிருக்கும் அலுவல்களையும் ஆபரணங்களையும் நிறையப் பெற்றுள்ளனவும், பருமனானவையும் பரபரப்பு மிக்கனவும் சிந்தனை வயப்பட்டனவுமான நகரங்கள் நிறைந்த பேரரசை சக்கரவர்த்தி யோசித்துப் பார்த்தார்.

'பேரரசானது தனது எடையாலேயே நசுக்கப்பட்டுக் கொண்டிருந்தது' என்று குப்ளாய் சிந்தித்தார். பட்டங்களைப் போன்ற இலேசான நகரங்களையும் கொசுவலைப் போல ஊடுருவித் தெரியும் நகரங்களையும், இலை நரம்புகள் போன்ற நகரங்களையும், உள்ளங்கை ரேகை போன்று நீண்டி ருக்கும் நகரங்களையும், நுணுக்க வேலைப்பாடு கொண்ட நகரங்களையும் கனவில் கண்டார்.

'நேற்று இரவில் என்ன கனவு கண்டேன் என்பதை நான் உனக்குக் கூறுகிறேன். எரிகற்களையும் நிதானமற்ற பாறைகளையும் அங்கங்கே கொண்டு தட்டையாகவும் மஞ்சளாகவும் உள்ள நிலத்திற்கிடையே, நகரின் மெல்லிய கோபுரங்கள் உயர்ந்திருப்பதை — செல்லுகின்ற நிலவு அப்போது ஒன்றிலும், இப்போது வேறொன்றிலும் தாங்கிச் செல்லுமாறு நிர்மாணிக்கப்பட்டவை அல்லது கொக்குகள் அமர்ந்திருக்கும் மின் கம்பிகளிலிருந்து விரைந்து செல்லும்— கண்டேன்'.

"உங்கள் கனவுகளில் வந்த நகரம் லாலாஜ். அதில் வசிப்பவர் இவ்வழைப்பிதழ்கள் இரவு வானத்தில் தங்கியிருக்குமாறு அமைத்துள்ளனர் — வளரும் ஆற்றல்களையும் எல்லையற்று வளரும் ஆற்றலையும் அந்நகருக்கு நிலவு அளித்திடும் வகையில் "நீ அறியாதது கொஞ்சம் இருக்கிறது. நன்றி கொண்ட நிலவு அரிதானதொரு சலுகையினையும் லாலாஜ் நகருக்கு வழங்கியுள்ளது. கனமின்றி வளர்வதற்கான சலுகை அது."

மெல்லிய நகரங்கள் - 5

என்னை நம்புவதானால், நல்லது. இப்போது சிலந்தியால் பின்னப்பட்ட நகரமான ஆக்டேவியா, எவ்வாறு

உருவாக்கப்பட்டதெனக் கூறுகிறேன். இரு செங்குத்தான மலைகளுக்கிடையே கொடும் பாறையொன்று இருக்கிறது. இரு சிகரங்களும் கயிறுகள், சங்கிலிகள் மற்றும் ஒடுங்கிய பாலங்களால் பிணைப்புற்றபடி நகரம் வெற்றிட மீது அமைந்துள்ளது. காலினை பாதாளத்தில் வைத்து விடாதபடிக்கு கவனமாக ஒடுங்கிய பாலத்தில் அடியெடுத்து வைக்க வேண்டும். நூற்றுக் கணக்கான அடிகளுக்கு கீழே ஒன்றுமே கிடையாது. சில மேகங்கள் மிதந்து சென்று கொண்டிருக்கும். இன்னும் கீழே பாழ்வெளியின் படுக்கையினைக் காணலாம்.

நகரத்தின் அடித்தளம் இதுதான். வழியாகவும் ஆதரவாகவும் இருக்கும் வலை ஒன்று. மற்றவையெல்லாம் உயர்ந்திருப்பதற்குப் பதிலாக கீழ் நோக்கி தொங்குகின்றன. கயிற்றேணிகள், வலை ஏணைகள், கோணிப்பைகளைப் போல கட்டப்பட்ட வீடுகள், துணி உலர்த்தும் கொடிகள், தோணிகளைப் போன்ற மாடிகள், நீர் நிரம்பின தோல்பைகள், கம்பிகளாலான கூடைகள், துவாலைக் குளியல் இணைப்புகள், உடற்பயிற்சி மையங்கள், குழந்தை விளையாட்டுகளுக்கான வளையங்கள், சரவிளக்குகள், செடி கொடிகள் வளரும் மண் கலயங்கள்.

அந்தரத்தில் தொங்கும் ஆக்டேவியாவில் வசிப்பவரது வாழ்க்கை இதர நகரங்களில் உள்ளவர்களுடையதைக் காட்டிலும் குறைவாகவே நிச்சயமற்ற தன்மை கொண்டது. நீண்ட காலம் வரை வலை தாங்கும் என்பதை அவர்கள் அறிவார்கள்.

வர்த்தகம் புரியும் நகரங்கள் - 4

எர்ஸிலியாவில் அந்நகரினைத் தக்க வைத்திருக்கும் உறவினை உண்டாக்கும் பொருட்டு, அங்கு வசிப்போர், வீடுகளின் மூலைகளிலிருந்த கம்பிகளை கட்டியிருப்பர். அவை இரத்தம், வர்த்தகம், அதிகாரம் போன்றவற்றில் எந்த உறவினைக் குறிக்கின்றது என்பதற்கேற்ப, வெள்ளையோ கறுப்போ சாம்பலோ, கருப்பு — வெள்ளையோ ஏதாவதொரு நிறத்தினைக் கொண்டிருக்கும். கடந்து செல்ல இயலாதபடிக்குக் கம்பிகள் அதிக எண்ணிக்கையில் அதிகரித்துவிடும் போது, வசிப்பவர்கள் கிளம்பிவிடுவர். வீடுகள் பிரித்துப் போடப்படும். கம்பிகளும் அவற்றைத் தாங்கியிருப்பனவுமே எஞ்சியிருக்கும்.

வீட்டிலுள்ளவற்றுடன் மலையோரமாக இருக்கும் எர்ஸிலியாவின் அகதிகள், வெட்ட வெளியில் நிற்கும் கம்பிகள் மற்றும் கம்பளங்களாகிய காட்டினை நோக்குவர். அது இன்னும் எர்ஸிலியா நகரம்தான். அவர்களோ ஒன்றுமில்லாதவர்கள்.

வேறொரு இடத்தில் அவர்கள் எர்ஸிலியாவை நிர்மாணிக்கின்றனர். மிகவும் சிக்கல் வாய்ந்ததும் அதே வேளையில் சீரானதுமான கம்பிகளின் வேலைப்பாட்டை செய்கின்றனர். பின்னர் அதனை விட்டுவிட்டு அவர்களது வீடுகளை அவர்களுடன் எடுத்துக்கொண்டு இன்னும் தொலைதூரத்திற்குச் செல்கின்றனர்.

ஆகவே எர்ஸிலியாவில் பயணம் செய்யும் போது சுவர் களில்லாது கிடக்கும் பாழடைந்த நகரின் இடிபாடுகளையும், காற்று அடித்துச் சென்று விடுவதால் எலும்புகளில்லாது கிடக்கும் சவங்களையும் காணலாம். வடிவமொன்றுக்காக அலைபாயும் நுட்பமான உறவின், சிலந்திவலைப் பின்னலைக் காணலாம்.

நகரங்களும் விழிகளும் - 3

காடுகளின் வழியே ஏழு தினங்கள் கடந்து சென்றால் பயணியால் பவுசிஸைக் காண இயலாது போயினும், அங்கு வந்து சேர்ந்திருப்பான். ஒன்று மற்றதிலிருந்து நெடுந்தொலைவில் இருப்பதான தாவடிக் கோல் உயர்ந்து மேகத்தில் புதைந்திருக்கும். ஏணிகளின் உதவி கொண்டு அவற்றில் ஏற வேண்டும். நிலத்தில் மக்களை அவ்வளவாகக் காண முடியாது வேண்டியனவெல்லாம் மேலேயே இருப்பதால், யாரும் கீழே வர விரும்புவதில்லை. பூமியில் பதிந்து தாங்கியிருக்கும் தாவடிக் கோல்கள் தவிர, நகரின் எந்தப் பொருளும் பூமியைத் தொடுவதில்லை. வெயில் அடிக்கும் போது ஊடுருவிச் சென்று பாயும் நிழல் மட்டும் தென்படும்.

பவுசிஸில் வாழ்வோரைப் பற்றி மூன்று கருதுகோள்கள் நிலவுகின்றன. அவர்கள் பூமியை வெறுக்கின்றனர். அவர்கள் அதிகப்படியாக பூமியை நேசிப்பதால் எல்லாத் தொடர்களையும் தவிக்கின்றனர். அவர்களது இருப்புக்கு

முன்னிருந்ததைப் போன்றே அதனை நேசிக்கின்றனர் — வேவு பார்க்கும் கண்ணாடிகளும் தொலைநோக்கிகளும், கீழ்நோக்கியிருக்க, அணு அணுவாக அதனைப் பரிசீலிப்பதில் அவர்கள் அலுப்புறுவதில்லை — அவர்களது இன்மையின் மீதான மோகத்தை தியானித்தபடி.

நகரங்களும் பெயர்களும் - 2

லியாண்ட்ரா நகரை இரு குடும்பத்து தெய்வங்கள் காத்து நிற்கின்றன. அவ்விரண்டு பிரிவினைச் சேர்ந்தவையும் மிகவும் நுட்பமானவையாதலால் காண இயலாதபடிக்கும், அதிக எண்ணிக்கை கொண்டிருப்பதால் எண்ணி மாளாதபடிக்கும் இருக்கின்றன. ஒரு பிரிவிலுள்ளவை வீட்டு வாயில்களுக்குள்ளே கோட் சட்டம் மற்றும் குடைத்தாங்கிக்கு அடுத்தபடியாக நிற்கும். தங்களுக்குள் முறைப்படி அவை குடும்பங்களைக் காக்கின்றன. சாவிகள் ஒப்படைக்கும் போது புதிய வீடுகளுக்கு வந்து கொள்கின்றன.

இன்னொரு பிரிவின் சமையலறையில் பானைகளுக்கு அடியிலோ புகை போக்கியின் அடியிலோ துடைப்பம் வைக்கும் இடத்திலோ தங்கியிருக்கும். வீட்டில் வாழ்ந்து வந்த குடும்பத்தினர் போய்விடும்போது புது குடித்தனக்காரர்களுடன் வீட்டிலேயே தங்கிவிடும். ஒரு வேளை வீடு இருப்பதற்கு முன்பேயே அங்கிருந்திருக்க வேண்டும் — காலி இடத்தின் புதர்களில் துருப்பிடித்த டப்பாவில் மறைந்து கிடந்திருக்க வேண்டும். வீட்டைத் தடுத்து 50 குடும்பத்தினர் தங்கும்படிக்கு மாற்றங்கள் செய்யும்போது, அவையும் சமையலறைகளில் பெருகிக் காணப்படும். இரண்டையும் பிரித்துக்காட்ட ஒன்றினை பெனாட்டுகள் என்றும் இன்னொன்றினை லாரஸ்கள் என்றும் அழைப்போம்.

ஒரு வீட்டிற்குள்ளேயும் கூட ஒரு லாரஸ் இன்னொரு லாரஸுடன் தங்குவதில்லை, பெனாட்டுகள் இதர பெனாட்டு களுடன் தங்குவதில்லை. ஒன்றையொன்று பார்த்து விசாரித்துக் கொள்ளுவதும் சாந்தினாலான உப்பரிகைகளிலும் ரேடியேட்டர் குழாய்களிலும் கொள்வதுண்டு, அடிக்கடி சண்டை போட்டுக்கொள்வதும் உண்டு. ஆண்டுக்கணக்கில் சேர்ந்து வாழ்வதும் உண்டு. ஒரு வரிசையில் அவற்றைப் பார்க்கையில் பிரித்துக் காட்டுவதும் இயலாது. பல்வேறு

தோற்ற ஆதாரங்களை பெனாட்டுகள் பெற்றிருப்பதை லாரஸ்கள் கண்டிருக்கின்றன. பெனாட்டுகளின் சுவர்களில் சம்பிரதாயங்கள் செல்கின்றன. புகழ் வாய்ந்திருந்த சிதிலமாய் கொண்டிருக்கும் அரண்மனைகளுக்காக பெனாட்டுகள், அகந்தைமிக்க லாரஸ்களுடன் போட்டியிட வேண்டியிருந்தது.

லியாண்ட்ராவின் உண்மையான சாராம்சம் எல்லையற்ற விவாதப் பொருளாயிருக்கிறது. போன வருடம்தான் வந்தவை என்றபோதும். தாமே நகரின் ஆன்மாக்கள் என பெனாட்டுகள் நம்புகின்றன. தாம் வெளியேறும் போது லியாண்ட்ராவை தம்முடன் எடுத்துச் செல்லமுடியும் என நம்புகின்றன. பெனாட்டுகள் தற்காலிக விருந்தினர்கள். துரதிருஷ்டமானவை. வலுக்கட்டாயமாக வந்து சேர்ந்தவை என லாரஸ்கள் கருதுகின்றன. தான் கொண்டிருப்பவைகளுக்கெல்லாம் வடிவம் தருகின்றதும். இத்திமிர் பிடித்தவை வருவதற்கு முன் இருந்ததும், மற்றும் இவையெல்லாம் தொலைந்தபின் இருப்பதுமான உண்மையான லியாண்ட்ரா தங்களுடையதே என்று லாரஸ்கள் கருதுகின்றன.

இவ்விரு பிரிவுக்கும் இப்பொதுக் குணம் உண்டு. குடும்பத்திலும் நகரத்திலும் நடப்பவற்றைப் பற்றி எப்போதும் குற்றம் சொல்வது. கிழடு கட்டைகள், தாத்தா, கொள்ளுத் தாத்தாக்கள், பாட்டிகள் கொள்ளுப் பாட்டிகளை பேச்சில் இழுக்கும் பெனாட்டுகள், பாழ்படுவதற்கு முன்னிருந்த சூழலைப்பற்றி லாரஸ்கள் பேசும். ஆனால் அதற்காக அவை நினைவுகளிலேயே வாழ்கின்றன என்று அர்த்தமில்லை, தம் குழந்தைகள் வளர்ந்ததும் பார்க்கும் தொழில்கள் பற்றி (பெனாட்டுகள்) அல்லது அண்டையிலுள்ள வீடு பொருத்த மானவர்களிடம் இருந்தால் எப்படி இருக்கும் என (லாரஸ்கள்) கனவு காணும்.

குறிப்பாக இரவு நேரத்தில் சற்றுக் கவனித்தால் லியாண்ட்ராவின் வீடுகளில் அவை, அடங்கியதும் முரண் தன்மை கொண்டதுமான சிரிப்புக்கிடையே கேலி பேசிக் கொள்வதையும், சீறிக் கொள்வதையும். குறுக்கிடுவதையும் சதா முணுமுணுப்பதையும் கேட்க முடியும்.

நகரங்களும் இறந்தவர்களும் - 1

மெலேனியாவின் சதுக்கத்தில் நுழையும் போதெல்லாம், உரையாடல் ஒன்றில் மாட்டிக் கொள்வதை நாம் காண

முடிகிறது. வீம்பு பேசும் சிப்பாயும் ஒட்டுண்ணி போன்றவனும் வாசலுக்கு வெளியே வந்து அநாதைக் குழந்தையையும் பரத்தையினையும் சந்திப்பது, அல்லது கஞ்சத்தனமான தந்தை, வரம்பு மீறும் தன் பெண்ணுக்கு இறுதி எச்சரிக்கை விடுவதும், கூட்டிக் கொடுப்பவளிடம் துண்டு சீட்டு எடுத்துச் செல்லும் முட்டாள் வேலையாளால் குறுக்கிடப் படுவதுமாக இருக்கும். பல வருடங்களுக்குப் பின் மெலேனியாவுக்குத் திரும்புகிறோம். அப்போதும் கூட அதே உரையாடல், வீம்பு பிடித்த சிப்பாயும் வரம்பு மீறும் பெண்ணும், முட்டாள் வேலையாளும் அவர்களது இடத்தைப் பிடித்துக்கொள்ள, அவர்களுடைய இடத்திற்கு போலியானவனும் நம்பிக்கைக்குரிய நபரும் சோதிடரும் வந்துவிட்டனர்.

மெலேனியாவின் மக்கள் தொகை தன்னையே புதுப்பித்துக்கொள்கிறது. உரையாடலில் பங்கேற்போர் ஒருவர் பின் ஒருவராக இருக்கின்றனர். இதற்கிடையே அவர்களிடத்திற்குரியவர்கள் தேவைப்படும பாத்திரங்களில் பிறக்கின்றனர். ஒருவர் தனது பாத்திரத்தை மாற்றும் போதோ சதுக்கத்தை விட்டு ஒரேயடியாக நீங்கும்போதோ புதிதாக நுழையும் போதோ எல்லாப் பாத்திரங்களும் மாற்றியமைக்கப்படும் வரை பெரும் மாற்றங்கள் நிகழும். ஆனால் இதற்கிடையில், கோபங்கொண்ட கிழவன், பேச்சு சாதுரியமிக்க வேலைக்காரிக்கு பதிலடி கொடுத்துக்கொண்டே இருக்கிறான். கடைக்காரன் ஓய்வு ஒழிச்சல் கொள்வதில்லை. வளர்ப்புப் பெண்ணுக்கு நர்ஸ் ஆறுதல் தருகிறாள் – கொடுங்கோலனாக, தயாளமிக்கவனாக, தூதுவனாக – அல்லது ஒரு பாத்திரமானது இரண்டாகும், பெருகும். மெலோனியாவின் நூறு, ஆயிரம் பேருக்கு ஒதுக்கித் தரப்படும், போலிகளுக்கு மூவாயிரம், ஒட்டுண்ணிகளுக்கு முப்பதாயிரம் என, ஒரு லட்சம் மன்னரின் மைந்தர்கள் மதிப்பிழந்து போய் அங்கீகாரம் பெறக் காத்திருக்கின்றனர்.

காலம் செல்லச் செல்ல, பாத்திரங்களும் அப்படியே இருப்பதில்லை, வஞ்சகம் மற்றும் வியப்புகளின் ஊடாக அவர்கள் நடத்தும் காரியம் இறுதித் தீர்வொன்றை நோக்கிச் செல்கிறது. கதைப்பின்னல் இறுதித் தடைகள் அதிகரிக்கும் போது கூட அப்படியே தொடர்கிறது. சதுக்கத்திலிருந்து அடுத்தடுத்து கணங்களை நோக்கினால், காட்சிக்கு காட்சி உரையாடல் மாறுவதைக் கேட்கலாம். மெலேனியாவில் வசிப்போரது வாழ்வு அதை உணர முடியாதபடிக்கு

இடாலோ கால்வினோ | 63

குறுகியதாய் இருப்பினும்.

பாலம் ஒன்றினை ஒவ்வொரு கல்லாக மார்கோ போலோ விவரிக்கிறார்.

ஆனால் பாலத்தைத் தாங்கிடும் கல் எது? என வினவுகிறார் குப்ளாய்கான்.

ஏதோ ஒரு கல் பாலத்தை தாங்கவில்லை, மாறாக, கற்கள் உண்டாக்கும் வளைவே தாங்கி நிற்கிறது.

யோசித்தபடி அமைதியாயிருக்கிறார் குப்ளாய்கான். பின் கூறுகிறார் 'கற்களைப் பற்றியேன் கூறுகின்றாய்?'

வளைவுதான் தேவையானது

'கற்களின்றி வளைவில்லை'.

6

போர்க்கப்பலின் பட்டு விதானத்திலிருந்து மோதிரக் கையை நீட்டி, கால்வாய்களில் வளைந்து செல்லும் கலங்களையும், நீரில் துடுப்பு போட்டுச் செல்லும் படகுகளின் ஆரவாரத்தையும், சதுக்கத்தில் காய்கறிக் கூடைகளை இறக்கிடும் பாய்மரக் கப்பல்களையும், உப்பரிகைகளையும், மேடைகளையும் மேற்கூரை விமானங்களையும். காயலின் சாம்பல் திட்டில் வளரும் தோட்டங்களையும் சுட்டிக்காட்டியபடி குப்ளாய்கான் வினவினார். 'இதைப்போன்றிருக்கும் நகரினை எப்போதாவது நீ பார்த்ததுண்டா'

அந்நிய நாட்டு கனவானுடனிருக்கும் சக்கரவர்த்தி, தோற்கடிக்கப்பட்ட நாட்டின் தலைநகர் – சக்கரவர்த்தியின் மகுடத்தில் சமீபத்தில் பதிக்கப்பட்ட முத்து – கின்சாயில் விஜயம் செய்து கொண்டிருந்தார்.

'இல்லை, அய்யா, இது போன்றதொன்று இருக்க முடியும் என்று நான் ஒரு போதும் கனவு கண்டதில்லை'

அவனது விழிகளை உற்று நோக்கிட சக்கரவர்த்தி முயன்றார். அந்நியன் தன் பார்வையை தணித்துக் கொண்டான். குப்ளாய் நாள் முழுவதும் மௌனமாயிருந்தார்.

அஸ்தமனத்திற்குப் பிறகு அரண்மனை மொட்டை மாடியில் தனது பயண அனுபவங்களை மார்கோ போலோ

மன்னருக்கு விவரித்தார். முதல் கொட்டாவி வரும் வரையிலும் விழிகளைப் பாதிமூடிக் கொண்டு, இக்கதைகளைச் சுவைத்து ஒவ்வொரு நாளையும் முடித்துக் கொள்ளும் வழக்கத்தை அவர் கொண்டிருந்தார். கொட்டாவி வருவது, சயன அறைக்குச் செல்லும் வழியிலுள்ள விளக்குகளை ஏவலர் ஏற்றிட வேண்டுவதற்கான அடையாளமாகும். ஆனால் இத்தடவை சோர்வடை விரும்பாத குப்ளாய்கான் 'இன்னொரு நகரைப் பற்றிக் கூறு' என்று வற்புறுத்தினார்.

'அங்கிருந்து கிளம்பி வடகிழக்கு மற்றும் கிழக்கிற்கும் வடகிழக்கிற்கும் இடையேயான காற்றுகளில் மூன்று நாட்கள் பயணம் செய்தால்', பெரும் எண்ணிக்கையிலான தேசங்களின் பெயர்கள், சம்பிரதாயங்கள் மற்றும் கைவினைப் பொருட்களை விவரித்தபடி மார்கோ போலோ எடுத்துச் சொல்லத் தொடங்கினான். அவனது பட்டியல் எல்லையற்றதாயிருப்பினும் இப்போது அவனே விட்டுக் கொடுக்க வேண்டியிருந்தது. நான் அறிந்திருக்கும் நகரங்களையெல்லாம் விவரித்து விட்டேன். அய்யா' என்று அவன் சொல்லும் போது புலர்ந்து விட்டது.

'நீ ஒருபோதும் கூறிடாத ஒன்று இன்னும் இருக்கிறது' மார்கோ போலோ தலைகுனிந்தான்.

'வெனீஸ்,' என்றார் சக்கரவர்த்தி

'நான் விவரித்துக் கொண்டிருந்தது வேறு எதுவென்று நம்பிக் கொண்டிருக்கிறீர்கள்?' 'அப்பெயரை நீ உச்சரித்து இன்னும் நான் கேட்கவில்லையே' ஒரு நகரைப் பற்றி விவரிக்கும் போதெல்லாம் வெனிஸைப் பற்றி சிறிது கூறிவிடுகிறேன், மற்ற நகரங்களைப் பற்றி வினவும்போது அவற்றைப் பற்றி அறிய விரும்புகிறேன். வெனிஸைப் பற்றிக் கேட்கும்போது, வெனிஸைப் பற்றி அறிய விரும்புறேன்

'இதர நகரங்களின் உனது பயணக்கதை ஒவ்வொன்றும், வெனிஸை அப்படியே முழுதாக ஞாபம் வைத்திருப்பதில் எதையும் விட்டுவிடாமல், விவரிப்பதில் தொடங்கவேண்டும்'

ஏரியின் மேற்பரப்பில சலனங்கள் இல்லை. சங் வம்சத்தின தொன்மைக்கால அரண்மனையின் செப்பு நிற நிழல் மிதக்கும் இலைகளாகச் சிதறுண்டு போயிற்று.

'நினைவின் பிம்பங்கள், வார்த்தைகளில் பதிந்தவுடனே

மறைந்துவிடுகின்றன. வெனிஸைப் பற்றிப் பேசினால் அதனை நான் இழந்துவிடுவேனோ என்று நான் பயப்படலாம். அல்லது இதர நகரங்ளைப் பற்றிச் சொன்னதன் மூலம் சிறிது சிறிதாக அதனை ஏற்கனவே இழந்து போயிருக்கலாம்' என்றான் மார்கோ.

வர்த்தகம் புரியும் நகரங்கள் - 5

நீரின் நகராகிய எஸ்மெரால்டாவில், கால்வாய்களின் வலைப் பின்னலும் தெருக்களின் வலைப்பின்னலும் குறுக்கும் நெடுக்குமாகச் செல்கின்றன. ஓரிடத்திலிருந்து இன்னோரிடத்திற்கு, நிலத்திலும் போகலாம். நீரிலும் போகலாம், படகிலும் போகலாம். எஸ்மெரால்டாவின் இருபுள்ளிகளுக்கிடையேயான குறுகிய தூரமானது நேர்கோடாக இல்லாது சுற்றிவளைத்து செல்வோருக்கோ வாய்ப்புகள் இன்னும் அதிகரிக்கும்.

ஆகவே, எஸ்மெரால்டாவாசிகளுக்கு தினந்தோறும் சென்ற வழியிலே சென்று தீர வேண்டிய சலிப்புணர்வு கிடையாது. அதுமட்டுமல்ல, பாதைகள் ஒரு தளத்தில் மட்டும் அமைந்திடவில்லை, ஏறி இறங்கும் படிக்கட்டுகள், ஆடும் பாலங்கள், தொங்கும் தெருக்கள் என்றபடி இருக்கின்றன. உயர்ந்தோ தாழ்ந்தோ இருக்கும் பல்வேறு வழித்தடப் பகுதிகளை ஒருங்கே பெற்று, ஒவ்வொரு நகரவாசியும் விதவிதமாகப் பயணம் செல்லும் சுகானந்தத்தைப் பெறலாம். எஸ்மெரால்டாவில் மிகவும் நிலைகொண்டதும் அமைதியானதுமான வாழ்வு சலிப்பின்றி வாழ்ந்ததாயிருக்கும்.

இரகசியமிக்கதும் சாகசம் நிரம்பினதுமான வாழ்வு, வேறெங்குமிருப்பதைப் போலவே இங்கும், அதிகமான கட்டுப்பாடுகளுக்குட்பட்டது. எஸ்மெரால்டாவின் பூனைகளும் திருடர்களும், திருட்டுத்தனமான காதல்களும் தொடர்ச்சியற்ற, மேட்டுப்பாதைகளில் செல்லும், கூரை உச்சியிலிருந்து உப்பரிகையில் குதிப்பதும், சர்க்கஸ்காரனின் சாதுர்யத்துடன் சாக்கடைகளில் விரைவதுமாயிருப்பர். சதிகாரர்கள் மற்றும் கடத்தல்காரர்களுடன் சேர்ந்துகொண்டு, ஒன்றன் பின் ஒன்றாக எலிகள், இன்னும் கீழுள்ள பொதுச் சாக்கடையின் இருளில் ஓடித்திரியும். அவை பள்ளங்களிலும், குழாய்களிலும் எட்டிப்பார்க்கும், குளம் குட்டைகள்

வழியாக நழுவிச் சென்றுவிடும். ஒரு பொந்திலிருந்து இன்னொன்றிற்கு வெண்ணெய்க் கட்டிகளையும் கடத்தல் பொருட்களையும் வெடிமருந்தையும் இழுத்துச் செல்லும், நகரின் கட்டுக்கோப்பான தன்மைக்குள் ஊடுருவும் சுரங்கப் பாதைகள் கடந்து செல்லும்.

திடமானதும் திரவமானதும், வெளித்தெரிவதும் மறைந் திருப்பதுமான எஸ்மெரால்டாவின் வரைபடம், வெவ்வேறு நிறமைகளால் அடையாளமிடப்பட்ட இவ்வழித்தடங்களைக் கொண்டிருக்க வேண்டும். காற்றைக் கிழித்து, அசையாத சிறகுகளால் கண்ணுக்குப் புலனாகாத நீண்ட சாய்மாலை வட்டங்களைப் போட்டு, கொசுவைப் பிடித்திடப் பாய்ந்து, திருகு சுழற்சியில் மேலே சென்று, சிகரமொன்றை உற்று நோக்கி நகரிலுள்ள எல்லா விண்வழிகளிலும் மேலோங்கித் திரியும் தூக்கணாங்குருவிகளின் வழித்தடங்களை வரைபடத்தில் அடையாளம் காண்பது இன்னும் சிரமமானதாகும்.

நகரங்களும் விழிகளும் - 4

பைலிஸிற்கு வந்து சேர்ந்ததும், வளைந்தும் மூடியும், தூண்கள் மற்றும் காயல்களின் மீதும் தொங்குகின்றதுமான வெவ்வேறு தினுசான பாலங்களைக் கண்ணுறுவதில் களிப்படைவோம். தெருக்களை நோக்கியிருக்கும் சன்னல்களின் சித்திர விசித்திரங்கள்தான் என்ன? குறுக்கே சட்டமிடப்பட்டவை, பிரகாசமானவை கூர்முகடு கொண்டவை என்றபடி, நிலத்தில்தான் எத்தனை வகைப் பாதைகள், கற்கள் பாவியவை, ஜல்லி போடப்பட்டவை, நீல மற்றும் வெள்ளை ஓடுகள் கொண்டவை, ஒவ்வொரு இடத்திலும் நகரமானது வியப்புகளை வழங்கிக் கொண்டிருக்கும். கோட்டை சுவர்களிலிருந்து முளைத்தெழும்பி ஆடிக்கொண்டிருக்கும், கொடி ஒன்று, சுவரின் ஏந்து கல்லின் மீதிருக்கும் மூன்று அரசியர் சிற்பங்கள், மூன்று சிறு மேற்கூரை விமானங்களைச் சுற்றிலும் பெற்றுள்ள மாடத்தின் பெரிய விமானம் என்றவாறு நகரினைப் பார்த்து முடிக்காமல் கிளம்ப வேண்டியிருப்பது குறித்து வருந்தி தினந்தோறும் பைலிஸை விழிகளுக்கு முன் பெற்றிருப்பவன் சந்தோஷமானவன், அது கொண்டிருப்பவற்றை அவனால் பார்த்து மாளாது — என்று கூக்குரலிடுவோம்.

மாறாக பைலிஸில் தங்கி எஞ்சிய நாட்களை அங்கே கழிக்க வேண்டுவதாயும் நேர்வதுண்டு. உடனே நம் விழிகளிலிருந்து அந்நகரமானது மங்கிப் போய்விடும். ரோஜா சித்திரங்கள் கொண்ட சன்னல்கள், அரசியற் சிற்பங்கள், மேற்கூரை விமானங்கள் எல்லாம் அகற்றப்பட்டுவிடும். எல்லா பைலிஸ்வாசிகளைப் போலவே நாமும் ஒரு தெருவிலிருந்து அடுத்ததற்கு சுற்றுப் பாதைகளில் செல்வோம். ஒளித்திட்டை நிழலின் சுவடிலிருந்து பிரித்தறிவோம். இங்கே ஒரு வாயிலையும் அங்கே உள்ள ஒரு படிக்கட்டையும், நமது கூடையை வைக்குமிடத்திலுள்ள பெஞ்சினையும், கவனமில்லாது நடந்தால் காலைவிட நேரக்கூடிய பள்ளத்தையும் அடையாளம் காணலாம். நகரின் எஞ்சிய பகுதிகள் புலனாகாதவை. பாழிடத்தில் தொங்கும் புள்ளிகளுக்கிடையேயான வழித்தடங்களைக் கொண்ட வெளிதான் பைலிஸ். கடன் தந்தவரின் வீட்டைத் தவிர்த்து அந்த வணிகரின் கூடாரத்தை அடைவதற்கான மிகக் குறுகிய வழித்தடம் வழக்குகளுக்குப் புறத்தேயிருப்பதையல்லாமல் புதைந்தும் அழிந்தும், அகத்தே இருப்பதைத்தான் நம் காலடிகள் பின்தொடரும், இவ்விரு வளைவுகளில் ஒன்று அதிக குதூகலமாயிருப்பது, 30 வருடங்களுக்கு முன்னர், அகன்றதும் அலங்கரிக்கப்பட்டதுமான தோள்பட்டைகள் அணிந்து மாதொருத்தி அப்பக்கமாக சென்றதால்தான் அல்லது இன்னொரு வளைவினைப் போலவே அதுவும் சூரிய ஒளியினை பற்றிக்கொள்வதால்தான் — அது அங்கே என்பதை நினைவுபடுத்த இயலாது.

இலட்சோப லட்சம் விழிகள் சன்னல்களையும், பாலங்களையும், கொடிகளையும் நோக்குகின்றன. அவை வெற்றுப் பக்கம் ஒன்றையே நுணுகி நோக்கக்கூடும். ஆச்சரியமான வகையில் பற்றிக் கொள்பவனைத் தவிர, எல்லோரது பார்வையிலிருந்தும் நழுவிச் செல்லும் பைலிஸ் போன்ற நகரங்கள் ஏராளம்.

நகரங்களும் பெயர்களும் - 3

பெரும் சன்னல்களையும் கோபுரங்களையும் கொண்டு, மதுக்கிண்ணத்தைப் போல சதுக்கம் ஒன்றையும் கேணி ஒன்றையும் உள்ளடக்கி, வளைகுடா ஒன்றின் சரிவலிருக்கும்

பைரா, நீண்ட காலமாக எனக்கு அரண் கொண்ட நகராயிருந்தது. அதனை நான் எப்போதும் பார்த்ததில்லை. நான் போகாமல் பெயர்கள் வைத்து கற்பித்துக் கொண்ட நகரங்களுள் ஒன்று அது. 'ஈப்ரேஸியா, ஓடில், மார்கரா, கெடுலியா என்றபடி. அவை ஒவ்வொன்றிலிருந்து வேறுபட்டும், ஒவ்வொன்றைப் போலவும், மனக்கண்ணுக்கு தவறாததும் ஆகிய பைராவுக்கு அவற்றிடையே ஓரிடம் இருந்தது.

என் பயணங்கள் பைராவுக்கு என்னை இட்டுச் சென்ற நாள் வந்தது. அங்கே நான் காலடி எடுத்து வைத்ததும், நான் கற்பனை செய்திருந்தவை எல்லாம் மறந்து போயின. பைரா என்னவாயிருந்ததோ அப்படி ஆகியிருந்தது பைரா. தாழ்வானதும் உருண்டு செல்வதுமான மணல் மேட்டால் மறைக்கப்பட்டுள்ள கடலானது நகரில் புலப்படாதிருக்கும் என்றும், தெருக்கள் நீண்டும் நேரிதாகவும் இருக்கும் என்றும், வீடுகள் இடைவெளிவிட்டு உயரமின்றி குவிந்திருக்கும் மற்றும் மரக்கட்டைகளும் அறுவை இயந்திரங்களுமிருக்கும் வெளிகளால் பிரிக்கப்பட்டிருக்கும் என்றும், நீர்க்குழாய்களின் இறக்கைகளை காற்று அசைக்கும் என்றும் எப்போதும் எனக்குத் தெரிந்திருந்தது என்று கருதினேன். அக்கணத்திலிருந்து பைரா என்றும் பெயரானது, மஞ்சள் நிறத்து தூசு பறந்திடுவதான இப்பார்வையினை, இவ்வொளியினை, இவ் ஆரவாரத்தினை, இக்காற்றினை என் மனதிற்கு கொண்டு வந்துவிடுகிறது. அப்பெயரானது இதனையே அர்த்தப்படுத்தலாம். மற்றும் இதனைத் தவிர வேறெதனையும் அர்த்தப்படுத்த முடியாது.

நான் எப்போதும் பார்த்திராததும், பார்க்கப்போகாததுமான எண்ணற்ற நகரங்களை என் மனம் கொண்டிருக்கிறது — ஓர் உருவத்தையோ, ஒரு துளியையோ கற்பித வடிவொன்றின் சாயலையோ கொண்டுள்ள பெயர்கள், கெடூலியா, ஓடிலி, ஈப்ரேஸியா, மார்கரா. வளைகுடாவுக்கு மேலிருக்கும், கிணற்றைச் சூழ்ந்துள்ள சதுக்கத்துடன் கூடிய நகரமும் இன்னும் அங்கேயே இருக்கிறது. ஆனால் அதனை ஒரு பெயரிட்டு என்னால் அழைக்க இயலாது. முற்றிலும் வேறான அர்த்தத்தைத் தரும் பெயரினை எவ்வாறு நான் கொடுத்திருக்க முடியும் என்பதனை நினைவு கூரவும் இயலாது.

நகரங்களும் இறந்தவர்களும் - 2

எனது பயணங்களில் அடேல்மா வரையிலும் நான் ஒருபோதும் செல்லத்துணிந்ததில்லை. நான் இறங்கியபோது அந்திப்பொழுது, பாய்மரக் கப்பலின் மேல் தளத்தில் நின்று கயிறைப் பிடித்துப் பிணைத்த மாலுமி என்னுடன் யுத்தம் செய்து இறந்துவிட்டவனாகத் தோன்றினான். மொத்த மீன் வியாபாரம் நடக்கும் நேரம் அது. கிழவன் ஒருவன் கடற்பாசிகள் கொண்ட கூடையை வண்டியில் ஏற்றிக் கொண்டிருந்தான். அவனைக் கண்டு கொண்டதாகக் கருதினேன். திரும்பியபோது, சந்து ஒன்றில் மறைந்து போனான். நான் குழந்தையாயிருக்கையிலே வயதாகியிருந்த மீனவனாகிய அவன், உயிரோடிருப்பவர் மத்தியில் இருக்க இயலாது என்பதை உணர்ந்துகொண்டேன். ஜுரம் ஏறிய ஒருவன் போர்வையை போர்த்திக்கொண்டு சுருண்டு கிடப்பதைக் கண்டு நிலைகுலைந்து போனேன். சாவதற்கு சில நாட்கள் முன்பு, என் தந்தை மஞ்சள் நிற கண்களையும் இவனுடையது போன்ற தாடியினையும் கொண்டிருந்தார். யாரையும் நேருக்கு நேராய் நோக்கிடத் துணியவில்லை.

நான் எண்ணினேன், ‘இறந்தவரை மட்டுமே சந்திக்கக் கூடியதான, கனவில் காண்பதான நகராக அடேல்மா இருக்குமானால், அக்கனவு என்னை அச்சுறுத்தும். உயிரோடிருப் பவர்கள் வாழும் நகரமாக அடேல்மா இருக்குமானால், நான் அவர்களைப் பார்த்துக்கொண்டே போனால் போதுமானது. ஒப்புமைகளெல்லாம் கரைந்து போகும், வேதனை கொண்ட அந்நிய முகங்கள் தோற்றமளிக்கும் இரண்டிலும் அவற்றை உற்று நோக்காதிருப்பது எனக்கு நல்லதாகும்.

காய்கறி வியாபாரம் செய்யும் ஒருத்தி, தராசில் முட்டை கோஸை நிறுத்து, பால்கனியிலிருந்து தொங்கவிடப்பட்ட கூடையில் அதனை போட்டுக்கொண்டிருக்கிறாள். எனது கிராமத்தில் காதலால் பைத்தியமாகி தன்னையே மாய்த்துக் கொண்டவளைப் போலிருந்தாள் அவள். காய்கறி வியாபாரி தனது முகத்தை உயர்தினான். அவள் என் பாட்டி.

நான் எண்ணினேன், “நமக்குத் தெரிந்தவர்களில் உயிரோடிருப்பவர்களைக் காட்டிலும் இறந்தவர் அதிகமாகும் கணத்தை வாழ்வில் நாம் அடையும் தருணம் உண்டு. மற்றும் மனமானது மேலும் முகங்களையும் மேலும்

வெளிப்பாடுகளையும் மறுதலிக்கும், எதிர் கொள்ளும் ஒவ்வொரு புதிய முகத்திலும் அது பழைய வடிவங்களை பதித்து வைக்கிறது. ஒவ்வொன்றுக்கும் பொருத்தமான முகமூடியை அது கண்டுகொள்கிறது.

பீப்பாய்களுக்கும் மூட்டைகளுக்கும் கீழே, குனிந்தவாறு வேலையாட்கள் வரிசையாக படிகளில் ஏறினர். கோணியின் கொக்கிகளில் அவர்களது முகங்கள் மாறாதிருந்தன. 'இப்போது தலையைத் தூக்குவார்கள், அடையாளம் கண்டு கொள்வேன்' எனப் பொறுமையின்றியும் அச்சத்துடனும் யோசித்தேன். ஆனால் என் விழிகளை அவர்களிடமிருந்து அகற்ற முடியவில்லை. அக்குறுகிய தெருக்களில் நெருக்கிய டிக்கும் கூட்டத்தை நோக்கி சிறிதளவு என் பார்வையை திருப்பும் போது, எதிர்பாரா முகங்களால் தாக்கப்பட்டேன். தொலைதூரத்திலிருந்து மீண்டும் தோன்றி, ஏற்கனவே கண்டு கொண்டது போல் அடையாளம் வேண்டுவது போல் என்னை உற்று நோக்கின. ஒருவேளை, ஒவ்வொருவருக்கும் நானும், இறந்து போன யாரோ ஒருவன் போலத் தோன்றியிருக்க வேண்டும். அடேல்மாவுக்கு வந்ததும் வராததுமாக அவர்களில் ஒருவனாகி இருந்தேன். அவ்விழிகள், சுருக்கங்கள் மற்றும் பார்வைகளின் வண்ண நோக்கில் ஆழ்ந்தவனாக அவர்கள் பக்கம் போயிருந்தேன். நான் எண்ணினேன். 'நாம் இறந்து கொண்டே வந்து சேரும் நகரமே அடேல்மா, அங்கே தானறிந்திருக்கும் மக்களை ஒருவன் மீண்டும் கண்டு கொள்ளலாம். நானும் இறந்தவன் தான் என்பது இதன் அர்த்தமாகும்' இன்னும் எண்ணினேன், அப்பாலுள்ளது மகிழ்வாக இல்லை என்று அர்த்தமாகும்.'

நகரங்களும் வானமும் - 1

வளைந்து செல்லும் சந்துகள், படிகள், மூலைகளுடன் மேலும் கீழுமாகப் பரவியிருக்கும் ஈடோக்ஸியாவில், நகரின் உண்மையான உருவத்தைக் காணக்கூடிய கம்பள விரிப்பொன்று பாதுகாக்கப்படுகிறது. முதல் பார்வைக்கு ஈடோக்ஸியாவின் சாயல் ஏதும் தென்படாது. சித்திர வேலைப்பாடுகள், ஒத்திசைவான வடிவங்களிலும் நேரானதும் வட்டமானதுமான நாடுகளிலும் நிறைந்து, பிரகாசமான வண்ண கோபுரங்களுடன் உள்ள விரிப்பின் அலங்காரமே

தோன்றும். ஆனால் சற்று நின்று கவனமாக பரிசீலித்தால், விரிப்பிலுள்ள ஒவ்வொரு இடமும் நகரிலுள்ள அனைத்தும் கம்பள விரிப்பில் இடம் பெற்றுள்ளது என்றும், சமாதானம் கொள்வோம். கூட்டம் கூச்சல் குழப்பத்தால் கவனம் பிசகிடவே அவை பார்வையிலிருந்து நழுவிவிடுகின்றன. கோவேறு கழுதையின் கத்தல், கறுப்புக் கறைகள், மீன் வாடை போன்ற ஈடோக்ஸியாவின் குழப்பங்களெல்லாம் அரைகுறையாகப் புரிந்து கொள்வதால் வருவனவே, நகரின் சிறு விறு விவரங்களிலுள்ள திரிகோணமிதி வடிவமைப்பு மற்றும் அதன் உண்மையான பரிமாணங்களைக் காட்டும் புள்ளி ஒன்றிருக்கிறது என அவ்விரிப்பு நிரூபணம் செய்கிறது.

ஈடோக்ஸியாவில் காணாமல் போய்விடுவது லகுவானது, கம்பள விரிப்பில் கவனத்தை ஒருமுகப்படுத்தி உற்று நோக்கினால், இரத்தச் சிகப்பு அல்லது அவுரி நீலம் அல்லது கடல் நீல இழையில் நலம் தேடுகின்ற தெருவினை கண்டுகொள்ளலாம். அவ்விழையானது பெரிய வளையமாகி நாம் செல்ல வேண்டியதான கருஞ்சிவப்புக் கூடாரத்துக்குக் கொண்டு போய்ச் சேர்த்துவிடும். ஒவ்வொரு ஈடோக்ஸியா வாசியும், கம்பள விரிப்பின் அசைவற்ற ஒழுங்கினை நகரைப்பற்றின தனது பிம்பத்துடன், தனது வேதனையுடனும் ஒப்பிட்டுக்கொள்கிறான். அச்சித்திர நுணுக்கங்களில் ஒரு பதிலிருப்பதை, தனது வாழ்க்கைக் கதை இருப்பதை, விதியின் விசித்திரங்கள் இருப்பதைக் கண்டு கொள்வான்.

ஒன்றுக்கொன்று சம்பந்தமான கம்பள விரிப்பிற்கும் நகருக்கு மிடையேயான இரகசிய பிணைப்புப் பற்றி தெய்வ சந்நதம் கொண்டவரிடம் வினவப்பட்டது. பதில், நட்சத்திரங்களைக் கொண்ட விண்ணுக்கும், உலகங்கள் சுழல்கின்ற சுற்றுப் பாதைக்கும் கடவுள் வழங்கின வடிவத்தை இரண்டில் ஒன்று பெற்றுள்ளது. மற்றது, ஒவ்வொரு மானுடப் படைப்பையும் போன்ற தோராயமான பிரதிபலிப்பு.

விரிப்பின் ஒத்திசைவான வடிவம் தெய்வீகத் தோற்றம் கொண்டது எனக் கொஞ்ச காலமாக குறிசொல்வோர் உறுதியாய் நம்பி வந்தனர். சர்ச்சை எதனையும் கிளப்பாமல் தேவவாக்கு இக்கருத்திலே விளக்கப்பட்டது. ஆனால், அதே முறையில் நேர் எதிரான முடிவுக்கு வரவும் கூடும். பிரபஞ் சத்தின் உண்மையான வரைபடமே ஈடோக்ஸியா நகர். நெளிந்து வளையும் தெருக்களையும், தூசு, நெருப்பு, இருளின்

இடாலோ கால்வினோ | 73

கூச்சல்களுக்கிடையே ஒன்றன் மீது ஒன்று இடிந்து சரியும் வீடுகளையும் கொண்டு, ஒழுங்கற்ற வகையில் விரிந்துகிடக்கும் அறையே அது.

'அப்படியானால், உனது பயணம் நினைவினூடாக நடப்பதே' எப்போதும் கூரிய காதுகளைப் பெற்றிருக்கும் சக்கரவர்த்தி கான், மார்கோவின் பேச்சில் பெருமூச்சின் குறிப்பைக் காணும்போதெல்லாம் ஊஞ்சலில் எழுந்து அமர்ந்து கொண்டார். 'பால்யகால நினைவுச் சுமையை இறக்கிவைக்கவே நீ தொலைதூரம் போனாய்,' என்றோ வருத்தங்களின் சுமையுடன் நீ திரும்புகிறாய்!' என்றோ வியப்படைந்தார். அத்துடன் குத்தலாகக் குறிப்பிட்டார். 'உண்மையைச் சொல்வதானால் செரினிஸ்ஸிமாவின் வியாபாரிக்கு இது சொற்பமான கொள்முதலே!'

கடந்த காலம் மற்றும் எதிர்காலம் குறித்த குப்ளாயின் கேள்விகளுக்கான இலக்கு இதுதான். ஒரு மணி நேரமாக பூனை எலியுடன் விளையாடுவது போல இவ்விஷயத்துடன் தான் அல்லாடிக்கொண்டிருந்தார். கடைசியில் மார்கோவை சுவரோரமாக நிறுத்தி தாடியைப் பிடித்து இழுத்து மாரில் காலை வைத்து அழுத்தி உதைத்தார். 'உன்னிடமிருந்து நான் அறிய விரும்புவது இதுவே, நீ கடத்திக் கொண்டிருப்பவை என்னவென்று ஒப்புக்கொண்டு கூறிவிடு, மனநிலைகள், அழகியல் நிலைகள், இரங்கற்பாக்கள்,'.

இவ்வார்த்தைகளும் காரியங்களும் கற்பிதமாகவும் இருக்கக் கூடும், ஏனெனில் சலனமற்றும், மௌனமாகவும் இருந்த அவர்கள், தம் புகைக்குழாயிலிருந்து மெதுவாக எழும் புகையைக் கவனித்தனர். மேகமானது சமயங்களில் காற்றில் கரைந்தது. அல்லது அந்தரத்தில் மிதந்தது. பதிலானது அம்மேகத்தில் இருந்தது. புகைவளையம் அகன்றதும், கடற்பரப்பிலும் மலை அடுக்குகளிலும் கவிகின்ற மூடுபனியை எண்ணிப்பார்த்தார். மூடுபனி விலகியபோது காற்று ஈரப்பசை இழந்து மெல்லியதாகவும் ஊடுருவித் தெரிவதாகவும் ஆகவே, தொலைவிலுள்ள நகரங்கள் தென்பட்டன. நிலையற்ற இயல்புத்திரைக்கு அப்பால்தான் அவரது பார்வை சென்று சேர விரும்பியது. தொலைவிலிருந்து பொருட்களின் வடிவை சரியாகப் பார்க்க முடியும்.

அல்லது உதடுகளிலிருந்து வெளிப்பட்ட மாத்திரத்தில்

அடர்த்தியும் மந்தமுமிக்க புகை மிதந்தது, இன்னொரு காட்சியை உணர்த்தியது. பெரு நகரங்களின் கூரைகளின் மீது மிதக்கும் புகை வளையங்கள், சிதறிப் போகாத இருட்புகை, கீல் பூசிய தெருக்களின் மீது மூடு பனியோ ஈரப்பசையிழந்து ஊடுருவித் தெரிவதோ அல்லாமல் தீக்கிரையாக்கிக் கருகுவதே நகரின் மீது வடுவை ஏற்படுத்துகிறது. இயங்காமல் ஆதாரப் பொருட்களுடன் வீங்கிக் கிடக்கும் பஞ்சு, சலனம் என்னும் மாயத்தில் இறுகிப்போன இருப்புகளைத் தடுத்திடக் கூடிய, இறந்த நிகழ் மற்றும் எதிர்காலங்களின் கலவை, உனது பயணத்தின் இறுதியில் காணப்போவது இதுவே.

7

குப்ளாய் — 'நீ எனக்கு விவரித்திடும் நாடுகளையெல்லாம் சுற்றிப்பார்க்க உனக்கு எப்போது நேரம் இருந்தது என்று தெரியவில்லை. இந்தத் தோட்டத்திலிருந்து நீ அசையவே இல்லை என்று தோன்றுகிறது.'

போலோ — 'நான் காண்பனவும் செய்வனவும் மனவெளி ஒன்றிலே அர்த்தம் கொள்கின்றன. இங்கே இருப்பது போலவே அங்கும் அதே சாந்தம், அதே அரைநிழல் வட்டம், இலைகளின் சலசலப்பால் கீற்றிடப்படும் அதே அமைதி நிலவுகிறது. ஒருமுகப் படுத்தி சிந்திக்கத் தொடங்கியதுமே, இதே தோட்டத்தில் இதே அந்திப்பொழுதில் உங்களது கம்பீரத்திற்கு முன்னால் எப்போதும் என்னைக் கண்டுகொள்கிறேன் — கண நேரம் கூட தாமதிக்காதபடி, முதலைகளுடன் பசுமையாயிருக்கும் ஆற்றின் மீது சென்று கொண்டோ, கருவாட்டுப் பீப்பாய்களை எண்ணிக்கொண்டோ இருந்தபோதும்'.

குப்ளாய் — 'நான் இங்கே இருக்கிறேன் என்பது எனக்கும் உறுதிப்படவில்லை. வெண்ணீலப் பாறை ஊற்றுக்களிடையே உலாவிக்கொண்டும், எதிரொலியைக் கேட்டுக்கொண்டும், நீ விரிக்க இருக்கும் தேசங்களை வெற்றி கொண்டு, வேர்த்து விறுவிறுக்க, படையின் முன்னே குதிரையை நடத்திக் கொண்டும் அல்லது முற்றுகையிடப்பட்ட கோட்டைச் சுவரிலேறும் சிப்பாய்களின் விரல்களைத்

துண்டித்துக்கொண்டும் இருப்பதாகவே தெரிகிறது'.

போலோ — 'ஒரு வேளை, தாழ்ந்த இமைகளின் நிழலில் மட்டுமே இத்தோட்டம் உயிர்த்திருக்கும், யுத்த களத்தில் புழுதியை கிளப்புவதை நீங்களும், மிளகு மூட்டைகளுக்காக தொலைதூர சந்தைகளில் பேரம் பேசுவதை நானும் ஒருபோதும் நிறுத்தியதில்லை. ஆனால் கூச்சல் குழப்பத்தின் நடுவே நம்விழிகளைப் பாதிமூடும் போதெல்லாம், பட்டுடையணிந்து, நாம் பார்ப்பதும் வாழ்வதும் என்னவென்று யோசிக்கவும், முடிவுகளை எடுக்கவும், தொலைவிலிருந்து சிந்திக்கும் பொருட்டு, இங்கே ஒதுங்க அனுமதிக்கப்படுகிறோம்'.

குப்ளாய் — 'ஒருவேளை, குப்ளாய்கான் மற்றும் மார்கோ போலோ என்று புனைப்பெயர்கள் கொண்ட இரு பிச்சைக் காரர்களிடையே இவ்வுரையாடல் நிகழ்ந்து கொண்டிருக்கலாம். குப்பையைக் கிளரும்போது, துருப்பிடித்தவைகளை, கந்தல்களை சேர்த்துக் குவிக்கும்போது, மோசமான ஒயினை ஓரிரு மிடறு குடிக்கும்போது, தம்மைச் சுற்றிலும் கிழக்கின் பொக்கிஷங்கள் ஒளிர்வதைக் காண்பார்கள். ஒருவேளை உலகில் எஞ் சியிருப்பதெல்லாம் குப்பை மேடுகளான பாழ்நிலமாகவும், மற்றும் சக்கரவர்த்தி கானின் அரண்மனையிலுள்ள தொங்கும் தோட்டமாயும் இருக்கலாம். நம் இமைகளே அவற்றைப் பிரிக்கின்றன. எது அகத்தே இருக்கிறது எது புறத்து உள்ளது என நம்மால் அறிய இயலாது'.

நகரங்களும் விழிகளும் - 5

நதியைத் தாண்டி மலைக் கணவாயைக் கடந்து சென்றால், திடுமென நம் முன்னர் மோரியானா நகரம் நிற்பதைக் காண லாம். அதன் வெள்ளைப் பளிங்குக் கல் வாயில்கள் ஒளியில் ஊடுருவித் தெரியும், தேவ அணங்கு போன்ற, ஈர விளக்குகளின் கீழே வெள்ளிச் செதில்களுடன் கூடிய நர்த்தகிகளின் நிழல் நீந்திடும் மீன் தொட்டிகள் போன்ற கண்ணாடிகளால் ஆனவை அதன் வீடுகள், இது நமது முதற்பயணம் இல்லையென்றால், இது போன்ற நகரங்களுக்கு மறுபக்கம், ஒன்று உண்டு என்பது தெரிந்திருக்கும், ஓர் அரை வட்டத்தில் நடந்துசென்றால் போதும், மோரியானாவின் மறைந்துள்ள முகத்தைக் கண்டு கொள்ளலாம், துருப்பிடிக்கும் தகடு, கந்தல்களின் பரப்பாக, கம்பிகளுடன் நீட்டிக்கொண்டிருக்கும் பலகைகள், புகையால்

கறுத்திருக்கும் குழாய்கள், தரைக்குவியல்கள், மங்கும் அடையாளங்களுடன் கூடிய மறைமதில்கள், அரிக்கப்பட்ட விட்டத்தில் தற்கொலை செய்வதற்கு மட்டும் உதவக்கூடிய கயிறுகள், தெளிவான நோக்குடன், ஒரு பகுதியிலிருந்து இன்னொன்றிற்குப் பிம்பங்களைப் பெருக்குவதால் அந்நகரம் தொடர்ந்து ஈடுபடுவதாகத் தோன்றும். மாறாக, அதற்குத் தடிமன் கிடையாது. ஒரு முகம் மட்டுமே உண்டு மற்றும் இருபுறங்களிலும் பிரிக்கவும் இயலாது, ஒன்றையொன்று பார்த்துக்கொள்ளவும் இயலாத உருவத்தைக் கொண்ட மறுபக்கம் உண்டு.

நகரங்களும் பெயர்களும் - 4

புகழ் வாய்ந்த நகரமான கிளாரிஸ், துன்பகரமான வரலாற்றைப் பெற்றிருந்தது. பலமுறை அது சிதைந்து போனது, பின் மீண்டும் துளிர்த்து வளர்ந்தது. முதலாவது கிளாரிஸை ஒவ்வொரு அழகிற்குமான ஈடிணையற்ற மாதிரியாக எப்போதும் கொண்டிருந்தது. அதனுடன் ஒப்பிடுகையில் நகரின் தற்போதைய நிலையானது பெருமூச்சுக்களையே உண்டாக்கும்.

கொள்ளை நோயால் அடித்துச் செல்லப்பட்ட அதன் சீரழிவுக் காலக்கட்டங்களில், விட்டங்களும் உப்பரிகைகளும் சரிவதால் நகரின் உயரம் குறைந்துவிட்டது. நிலவறைகளிலும் பொந்துகளிலும் பதுங்கியிருந்து தப்பித்தவர்கள், எலிகளைப் போலக் கூட்டங் கூட்டமாக வந்து கொள்ளையடிக்கவும் அபகரிக்கவும் அத்துடன் கூடு கட்டும் பறவைகளைப் போல, கிடைப்பதைச் சேர்த்து சரிசெய்து கொள்ளவும் தொடங்குவதால் நகரில் மீண்டும் மக்கள் வாழ்க்கை துவங்கிவிடும். கிடைப்பதையெல்லாம் எடுத்துக்கொள்ளும் அவர்கள், வேறொரு நோக்கத்திற்காக இடம் மாற்றி வைத்துவிடுவர். திரைச் சீலைகள் விரிப்புகளாகும். சலவைக்கல்லால் ஆன பிரேதத் தாழிகளில் செடிகளை நடுவர். அந்தப்புறச் சன்னலிலிருந்து பிய்க்கப்பட்ட வார்ப்பிரும்பு தகடுகளில் பூனைக் கறியை வறுப்பர். ஒன்றுக்கும் உதவாத குடிசைகள், கூடாரங்கள், சாக்கடைகள், முயல் கூண்டுகள் என்று செய்து, தப்பியவர்கள் கிளாரிஸ் உருக்கொள்ளும். இருந்தபோதும், கிளாரிஸின் பழைய பொலிவில் எதுவும் விட்டுப்போயிருக்காது.

எல்லாம் அங்கிருக்கும், வெறுமனே வேறு ஒழுங்கில் வைக்கப் பட்டிருக்கும். முன்பிருந்ததைக் காட்டிலும் நகர்வாசிகளுக்குப் பொருத்தப்பாடு குறையாதபடிக்கு.

வறுமை நாட்களைத் தொடர்ந்து குதூகலமான நாட்கள் வரும், வறிய கூட்டுப்புழுவான கிளாரிஸிலிருந்து செழுமைமிக்க பட்டுப்பூச்சியான கிளாரிஸ் உருக்கொண்டு வரும். செழுமையானது புதிய பொருட்களை, கட்டிடங்களை நகரில் நிறைக்கும். வெளியேயிருந்து புதியவர்கள் வந்து குவிவார்கள். முந்தைய கிளாரிஸுடன் அல்லது கிளாரிஸ்களுடன் யாருக்கும் எதற்கும் எந்தவிதத் தொடர்பும் இருக்காது. எந்த அளவுக்குப் புது நகரும் முதல் கிளாரிஸின் பெயரும் வெற்றிகரமாக நிலைகொள்கிறதோ, அந்த அளவுக்கு அதனின்றும் அது விலகிச் செல்கிறது என்பதையும், எலிகளையும் வளைகளையும் விட வேகமாக அழித்துச் செல்கிறது என்பதையும் உணர்ந்து கொண்டது. தன் புதிய செல்வத்தின் மீதான பெருமிதம் ஒருபுறம் இருப்பினும், தன்னைப் பொருத்தமற்றதாக, அந்நியமாக வந்து நுழைந்ததாகவே, நகரமானது நெஞ்சார உணர்ந்தது.

பின்னர், பாதுகாக்கப்பட்ட அசலான அழகுடைய ஓட்டுச் சில்லுகள், இனம்புரியாத தேவைகளுக்கெனப் பழகிப் போகவே மீண்டும் அகற்றப்பட்டன. இப்போது அவை வெல்வெட் திண்டுகளின் மீது, கண்ணாடி பெட்டிகளில் பூட்டப்பட்ட கண்ணாடி மணிகளின் கீழே பாதுகாக்கப்படுகின்றன. அவை இன்றும் உபயோகமாகிருக்கும் என்பதால் அல்ல. மாறாக இதுவரையிலும் யாரும் எதனையும் அறிந்திராத நகரொன்றை அவற்றினூடாக மறு நிர்மாணம் செய்ய விரும்பியதால்தான்.

கிளாரிஸில் மேலும் சிதைவுகளும் மேலும் துளிர்ப்புகளும் ஒன்றன் பின் ஒன்றாக வந்தன. மக்களும் பழக்க வழக்கங்களும் பலமுறை மாறின. பெயரும் மனையும் உடைக்க முடியாது பொருட்களும் எஞ்சி நின்றன. ஒவ்வொரு புது கிளாரிஸும், தன் மணங்கள் மற்றும் சுவாசங்களுடன் கூடிய உயிருள்ள ஜீவன் போன்று கச்சிதமாயிருந்தது. இரத்தினக்கல் போன்று, பழைய கிளாரிஸில் உதிரியாகவும் இறந்துபட்டும் இருப்பதை எடுத்துக் காட்டியது. கொரிந்திரயரின் தூண்முகடுகள் எப்போது தலைகீழாய் நின்றன என்று கூற முடியாது. பல ஆண்டுகளில் ஒன்றுதான் நினைவு கூறப்படுகிறது. கோழிகளின் ஓட்டத்தில் கோழிகள் முட்டையிட்ட கூடையை அது ஆதரித்தது.

அங்கிருந்து அது தலைநகரங்களின் அருங்காட்சியகத்திற்கு கொண்டு போகப்பட்டது. சகாப்தங்களின் வரிசையொழுங்கு போய்விட்டது. முதல் கிளாரிஸ் இருந்தது என்பது பரந்துபட்ட நம்பிக்கை. ஆனால் அதனை நிரூபிக்கும் ஆதாரங்கள் இல்லை. தூண் முகடுகள், கோயில்களிலிருப்பதற்கு முன்னே கோழிகளின் ஓட்டப் பந்தயத்தில் இருந்திருக்கக் கூடும். சலவைக்கல் தாழிகளில் இறந்தவரின் எலும்புகளை நிரப்புவதற்கு முன், செடிகள் நடப்பட்டிருக்கக் கூடும். இது மட்டுமே உறுதியாகத் தெரிகிறது. குறிப்பிட்ட அளவுடைய பொருட்கள் குறிப்பிட்ட இடத்திற்குள் இடம் மாற்றப்படுகின்றன. சமயங்களில் புதிய பொருட்களின் அளவினால் மூழ்கடிக்கப்படும். சமயங்களில் தேய்ந்து, பழசாகி மாற்றப்படாது போகும். ஒவ்வொரு முறையும் அவற்றை மாற்றி மறுவடிவமைப்பு செய்ய இயலவேண்டும் என்பதுதான் விதி. ஒருவேளை கிளாரிஸானது எப்போதும் சரிவர இணைக்கப்படாததும் காலாவதியாகிப் போனதுமான துண்டிக்கப்பட்ட பிளவுகளின் குழப்பமாகவே இருந்து வந்திருக்கலாம்.

நகரங்களும் இறந்தவர்களும் - 3

வாழ்க்கையை அனுபவிப்பதிலும் பொறுப்பிலிருந்து தப்பியோடுவதிலும் வேறெந்த நகரைக் காட்டிலும் ஈஸபியா கெட்டியானது. வாழ்வினின்றும் அவை நோக்கிய தாவுதல் திடுமென்று முடிந்துவிடக் கூடாதென்பதற்காகவே, பூமிக்குக் கீழே தங்கள் நகரையொத்த நகரினை நகர்வாசிகள் கட்டியிருக்கின்றனர். எலும்புக்கூடு மஞ்சள் நிற தோலுக்குள் புதைந்திருக்கும்படி, உலர்த்தி வைக்கப்பட்டுள்ள பிரேதங்களெல்லாம், தங்களது பழைய நடவடிக்கைகளை தொடரும் பொருட்டு, அங்கே தன்னிச்சையான கணங்கள்தான் முதலிடம் வகிப்பவை. பெரும்பாலான பிரேதங்கள் துயரச் சுமை ஏறிய மேசைகளைச் சுற்றி நிறுத்தப்பட்டிருக்கும், அல்லது உயிர்த்திருக்கும். ஈஸபியாவின் வணிகம் மற்றும் தொழில்களெல்லாம் கூட பூமிக்குக் கீழே நடைபெறும் அல்லது குறைந்தபட்சம், உயிரோடிருப்பவர் எரிச்சல் இல்லாது மனநிறைவுடன் செய்கின்ற காரியங்களாவது நிகழும். கடிகாரக் கடைக்காரர், நின்று போன கடிகாரங்களிலிருந்து தாத்தாவின் கடிகாரத்தை எடுத்து காதருகே வைத்துக் கவனித்துக் கொண்டிருப்பார். நடிப்பைக் கற்றுக்கொண்டிருக்கும், உட்குழிந்த

கண்களால் திரைக்கதையைப் படித்துக்கொண்டிருக்கும் நடிகனின் கன்னங்களில் காய்ந்து போன பிரஸ்ஸால் தோய்த்துக் கொண்டிருப்பான் சவரத் தொழிலாளி, சிரிக்கும் கபாலத்துடன் கூடிய பெண்ணொருத்தி ஈனாத இளம்பசுவின் சடலத்தில் கறந்துகொண்டிருப்பாள்.

வாழ்பவரில் பலர் சாவுக்குப் பிறகு வித்தியாசமானதொரு வாழ்க்கை வேண்டுமெனவே விரும்புகின்றனர். சாதுர்யமானவர்கள், பாடகர்கள், வங்கி அதிகாரிகள், வயலின் கலைஞர்கள், சீமாட்டிகள், அரசவை ஊழியர்கள், தளபதிகள்— நகரம் உயிரோடிருக்கும்போது கொண்டிருந்ததை விடவும் அதிகமானவர்கள் இடுகாட்டில் நெருக்கியடித்துக் கொண்டிருப்பர்.

இறந்தோருடன் சேர்ந்து கீழே செல்லும் அவர்கள் விரும்பிய இடங்களில் ஏற்பாடு செய்வதும் முகத்திரையணிந்து சகோதரர்களின் அமைப்புக்கு ஒதுக்கப்பட்டிருந்தது. ஈஸபியாவின் இறந்த பகுதிக்கு வேறு யாரும் சென்றிட முடியாது. அதனைப் பற்றி தெரிந்திருப்பதெல்லாம் அவர்களிடமிருந்து பெறப்பட்டதே.

அத்தகைய அமைப்பானது இறந்தவரிடையே இருப்பதாகவும், உதவிக்கரம் நீட்டிடத் தயங்கியதில்லை என்றும் கூறுவர். முகத்திரையிட்ட சகோதரர்கள், சாவுக்குப் பின் இன்னொரு ஈஸபியாவில் அதே வேலையைச் செய்வார்கள். அவர்களில், சிலர் ஏற்கனவே இறந்துவிட்டதாகவும், ஆனால் மேலும் கீழும் போய்க் கொண்டிருக்கிறார்கள் என்றும் வதந்தி உண்டு. எந்த வகையிலும் உயிர்த்திருக்கும் ஈஸபியாவில் இவ்வமைப்பின் அதிகாரம் பறந்துவிரிந்தது.

கீழே போகும் ஒவ்வொரு முறையும் கீழ் ஈஸபியாவில் ஏதாவது மாறியிருப்பதாக அவர்கள் கூறுகின்றனர். இறந்தவர்கள் தம் நகரில் புது மாற்றங்களை உண்டாக்குகின்றனர். பலரில்லாவிட்டாலும் அது நிதானமான முடிவின் விளைவுதானே ஒழிய, தோன்றி மறையும் பித்தன்று. ஒரு வருடத்தில், இறந்தவரின் ஈஸபியா அடையாளம் காண முடியாததாகிவிடுகிறது என்கின்றனர். அவர்களுக்கிணையாக இருப்பதற்காக, வாழ்வோரும், இறந்தோரைப் பற்றின புதினங்களாக அவ்வமைப்பினர் கூறுவதையெல்லாம் செய்வதை விரும்புகின்றனர். ஆக வாழ்வோரின் ஈஸபியா, பூமிக்குக் கீழுள்ளதை நகலெடுத்து வருகிறது என்றாகிறது.

இது இப்போதுதான் நடைபெற்றது. வரத் தொடங்கியது என்பதில்லை என்கின்றனர். உண்மையில் இறந்தோரை தங்களது நகரின் பிம்பத்தில் மேலுள்ள ஈஸ்பியாவை நிர்மாணித்தது. இரட்டை நகரங்களில் யார் உயர்ந்திருப்பது. யார் இறந்துபோனது என்று கூற முடியாது போய்விட்டது என்கின்றனர்.

நகரங்களும் வானமும் - 2

பீர்ஷெபாவில் இந்நம்பிக்கை கையளிக்கப்படுகிறது. விண்ணகத்தில் இன்னொரு பீர்ஷெபாவில் தொங்கிய நிலையில் இருக்கிறது. அங்கே நகரின் முக்கியமான நிலங்களும் உணர்வு நெகிழ்வுகளும் பிரதானமாயுள்ளன. மண்ணகத்து பீர்ஷெபா விண்ணகத்தின் பீர்ஷெபாவை முன்மாதிரியாகக் கொண்டால், இரு நகரங்களும் ஒன்றாகிவிடும் என்பது. மதிப்பு வாய்ந்த உலோகங்களுக்கு அளிக்கப்படும் சிரத்தைமிக்க ஆய்வுடன் உருவாக்கப்பட்ட வெள்ளிப்பூட்டுகளும், வைர வாயில்களும் ஆபரண நகரமும் கொண்ட தூய பொன்னகரம் என்பதுதான் மரபினால் எடுத்துச் சொல்லப்பட்டு வரும் நகரது பிம்பம். இதற்கேற்பவே, விண்ணக நகரை உணர்த்துவதற் கெல்லாம் பீர்ஷெபா வாசிகள் மதிப்பளித்தனர். உன்னத உலோகங்களையும் அரிதான கற்களையும் சேகரித்தனர். தோன்றி மறையும் உபரிகளையெல்லாம் விலக்கினர். ஒருங்கிணைந்த வடிவங்களை வளர்த்தெடுத்தனர்.

பூமிக்கு கீழே இன்னொரு பீர்ஷெபா இருக்கிறது. தங்களுக்கு நேரும் உபயோகமற்ற மோசமானதுமானவற்றின் களஞ்சியமாயிருக்கிறது அது என்றும் இந்நகர்வாசிகள் நம்புகின்றனர். கீழிருக்கும் நகருடன் உள்ள ஒவ்வொரு பிணைப்பையும் அல்லது ஒத்த தன்மையையும் தங்கள் பீர்ஷெபாவிலிருந்து துடைத்தெறிந்துவிடுவதே அவர்களது தொடர்ந்த அக்கறையாயுள்ளது. பூமிக்கு கீழுள்ள நகரில் கூரைகளுக்குப் பதிலாக, பாலேட்டின் மேலேடு, ஒட்டும் காகிதம், மீன் செதில்கள், மிஞ்சிப்போன இடியாப்பங்கள், பழைய பேண்டேஜ்களுடன் சிந்துகின்ற குப்பைத் தொட்டி கவிழ்த்து வைக்கப்பட்டிருக்கும் என்று கற்பித்துக்கொள்கின்றனர். அல்லது அதன் பொருட்சாரமே சாக்கடையிலிருந்து கொட்டுவது போன்று இருண்டும், அடர்ந்தும், திரண்டும்

காணப்படும். மானுட குடற்கழிவுகளின் வழித்தடத்தை ஒரு கருந்துளையிலிருந்து இன்னொன்றிற்கு நீடித்து, மிகத் தாழ்ந்த சுரங்கத்தளத்தில் விழுமாறு செய்யப்பட்டிருக்கும், அங்கே மந்தமானதும் சுழன்று வருவதுமான குமிழ்களிலிருந்து அடுக்கடுக்கான கழிவுகளின் நகரொான்று திருகி நிற்கும் கோபுரங்களுடன் எழுந்து நிற்கும்.

பீர்ஷெபாவின் நம்பிக்கைகளில் உண்மையின் கூறும் தவறின் கூறும் உண்டு. விண்ணை நோக்கி ஒன்றும் பூமிக்கு கீழ் நோக்கி இன்னொன்றுமாக இரு கட்டுமானங்களைக் கொண்டது பீர்ஷெபா என்பது உண்மைதான். ஆனால் நகரத்துவாசிகள் அவற்றின் இணக்கத்தை தவறாக எடுத்துக்கொண்டனர். பீர்ஷெபாவின் மிக ஆழமான மண்ணுக்குள்ளிருக்கும் பாதாள நகரமானது, அதிகாரப்பூர்வமான கட்டிடக் கலை விற்பன்னர்களால் வடிவமைக்கப்பட்டது. விலை உயர்ந்த பொருட்களால் கட்டப்பட்டது. எல்லாக் குழாய்களிலும் கப்பிகளிலும் குஞ்சங்களும் மணிகளும் இழைகளும் அலங்கரிக்கப்பட்டது.

பரிபூரணத்தின் பரிமாணங்களைக் குவிப்பதில் இணைப்புக் கொண்ட பீர்ஷெபா, தன் காலிப்பாத்திரத்தை நிரப்புவதா யிருக்கும் வெறியினை நற்பண்பாக எடுத்துக்கொண்டுவிட்டது. தனினிலிருந்து விலகி நின்று, விடுவித்து, விரிவு கொள்ளும் கணங்களே உன்னதமானவை என்பதை அது அறியவில்லை. இன்னும் பீர்ஷெபாவின் உச்சியில், நகரின் அனைத்துச் செல்வங்களுடன் கூடிய விண்ணக உருவமொன்று சுழன்று கொண்டிருக்கிறது. அதன் கருவூலத்தில் தூக்கியெறியப்பட்டவை பாதுகாக்கப்பட்டுள்ளன. உருளைக் கிழங்கு தோல், உடைந்த குடைகள், பழைய காலுறைகள், இனிப்புப் பதார்த்த உறைகள், டிராம் டிக்கெட்டுகள், வெட்டப்பட்ட விரல் நகங்கள், முட்டை ஓடுகள் இதுதான் விண்ணக நகரம். விண்ணகத்தில் நீண்ட வாலுடைய எரி நட்சத்திரங்கள் விரைகின்றன. பீர்ஷெபாவாசிகளது சுதந்திரமானதும், உல்லாசமானதுமான காரியத்திலிருந்து விடுபட்டு வான்வெளியில் சுற்றுகிறது அந்நகரம். அது கழிவை வெளியேற்றும் போதுதான் கஞ்சத்தனமாக, கறாரானதாக, பேராசை கொண்டதாக இருப்பதில்லை.

தொடர்ச்சியான நகரங்கள் - 1

லியோனியா நகரம் ஒவ்வொரு நாளும் அலங்காரத்தை மாற்றிக்கொள்கிறது. ஒவ்வொரு காலையிலும் புது விரிப்புகளிலிருந்து எழும் மக்கள், அப்போதுதான் உறையிலிருந்து பிரித்த சோப் கொண்டு குளிக்கின்றனர். தற்போதைய தொழில் நுணுக்கம் கொண்ட குளிர்சாதனப் பெட்டியிலிருந்து உடைக்கப்படாத டின்களை எடுக்கின்றனர். நவீன வானொலிகளில் இறுதி நேரப் பாடல்களைக் கேட்கின்றனர்.

நேற்றைய லியோனியாவில் எஞ்சியவை, சுத்தமான பிளாஸ்டிக் பைகளில் கட்டப்பட்டு குப்பை வண்டிக்காக காத்திருக்கின்றன. பாதையோரங்களில், அழுத்தி எடுக்கப்பட்ட பற்பசை குழாய்கள், கெட்டுப்போன பல்புகள், செய்திக் காகிதங்கள், டப்பாக்கள் பைகள் மட்டுமின்றி, கொதிகலன்கள், கலைக்களஞ்சியங்கள், பியானோக்கள், பீங்கான் பாத்திரங்களும் ஒவ்வொரு நாளும் அங்கு தயாரிக்கப்பட்டு விற்று வாங்கப்படும். பொருட்களை வைத்து அல்லாமல், புதியவற்றுக்கு இடம் தருவதாக தூக்கி எறியப்படுபவற்றை வைத்தே லியோனியாவின் செழுமையை அளவிட வேண்டும். எனவே, லியோனியாவின் உண்மையான துடிப்பு புதியதும், வித்தியாசமானதுமானவற்றை அனுபவிப்பது தானேயொழிய, ஆபாசமானவற்றை அழுக்கை அகற்றுவது அல்ல என்று அறியும்போது வியப்படையத் தொடங்குவோம். தெருக்கூட்டுவோர் தேவதைகளைப் போல வரவேற்கப்படுகின்றனர். நேற்றைய இருப்பின் கழிவுகளை சுத்தம் செய்கின்ற அவர்தம் பணியானது மரியாதைமிக்க மௌனத்துடன் கவனிக்கப்படுகிறது. பக்தியூட்டும் சடங்கு மாதிரி — என்பதே உண்மை, பொருட்களை தூக்கி எறிந்து விட்டால் அவற்றைப் பற்றி மேலும் நினைத்துப் பார்க்க யாரும் விரும்பமாட்டார்கள் என்பதால் மட்டுமே அது இப்படியிருக்கும்.

ஒவ்வொரு நாளும் கழிவுகளை எங்கே எடுத்துச் செல்கிறார்கள் என்பது குறித்து யாரும் வியப்புறுவது இல்லை. நிச்சயமாக, நகருக்கு வெளியேதான், ஆனால் ஒவ்வொரு ஆண்டும் நகரம் விரிவடைகிறது. தெருக்கூட்டுவோருக்கு வேலை அதிகரிக்கிறது. கழிவுகள் நிரம்பி, மேடாக உயர்ந்து அடுக்குகளாகி, பரந்து விரிகின்றன. அத்துடன், புதியவற்றை உண்டாக்குவதிலான லியோனியாவின் திறன் அதிகரிக்கும்

அளவுக்கு, கழிவுகளும் தரத்தில் கூடுகின்றன, 'காலத்தை எதிர்த்து நிற்கின்றன. அழிக்க முடியாதவைகளின் கோட்டை ஒன்று லியோனியாவின் ஒவ்வொரு பக்கத்திலும் மேலோங்கி மலைத் தொடர்கள் போல அதனைச் சூழ்ந்துள்ளது.

விளைவு இதுதான், எந்த அளவுக்கு லியோனியா பொருட்களை அகற்றுகின்றதோ, அந்த அளவுக்கு அது குவிகின்றது. அதன் கடந்த கால செதில்கள் அகற்ற முடியாத கவசத்தில் இறுக்கப்படுகின்றன. நகரமானது நாள் தோறும் தன்னைப் புதுப்பித்துக்கொள்வதால், தன்னுடையவற்றை பாதுகாத்து வைத்துக் கொள்கிறது, நேற்றைய குப்பைகள் நேற்று முன் தினக் குப்பைகள் மீது குவிக்கப்படுகின்றன மற்றும் நாட்கள், ஆண்டுகள், தசாப்தங்களின் குப்பைகள்.

லியோனியாவின் குப்பை சிறிது சிறிதாய் உலகில் படையெடுக்கும் — அதன் எல்லையற்ற குப்பை மேட்டின் கொடு முடிக்கு அப்பாலிருந்து, இதர நகரங்களின் தெருக் கூட்டுவோர் அழுந்தாமலிருந்தால், தங்களுக்கு முன்பாக கழிவு மலைகளை தள்ளிக் கொண்டிருந்தால், ஒருவேளை லியோனியாவின் எல்லைகளைத் தாண்டியுள்ள உலகமே குப்பைகளின் எரிமலைகளால் சூழப்பட்டிருக்கலாம். பெருநகரைச் சூழ்ந்திருக்கும் எரிமலை ஒவ்வொன்றும் கனன்றுகொண்டிருக்கலாம். எதிரி நகரங்கள், அந்நிய நகரங்களுக்கிடையேயான எல்லைகளில், இருநகரைச் சேர்ந்த பிழம்புருக்கள், 'ஒன்றேயொன்று ஆதரித்துக் கொள்கின்றன.' ஒன்றுடன் ஒன்று மயங்கி கலந்துவிடுகின்றன.

அதன் உயரம் வளர வளர, நிலநடுக்கத்தின் அபாயம் அதிகரிக்கிறது. ஒரு தகர டப்பா, ஒரு பழைய டயர், நெளிந்து போன ஒயின் பிளாஸ்க் லியோனியாவை நோக்கி ஓடினால் போதும், காலணிகள், பழங்காலத்து பஞ்சாங்கங்கள், வாடிய மலர்களின் சரிவைக் கொண்டு வந்து நகரினை அதன் கடந்த காலத்தில் மூழ்கச் செய்துவிடும் — நகரங்களின் கடந்த காலத்துடன் ஒன்று கலக்கச் செய்துவிடும், ஊழிப்பெரு வெள்ளமானது, எப்போதும் புத்தாடைகளில் பொலிவோடு இருக்கும். பெருநகரின் தடயங்களையெல்லாம் துடைத்தெறிந்து, மலைத் தொடரைத் தரைமட்டமாக்கிவிடும். அண்டை நகரங்களில், புல்டோசரால் தரையை மட்டப்படுத்தவும், புதிய பிரதேசத்தில் நுழைந்து விரிவாக்கம் செய்யவும், புதிதாய் தெருக்கூட்டுவோரை இன்னும் வெளியே துரத்தவும் அவர்கள்

தயாராயிருக்கிறார்கள்.

போலோ: இத்தோட்டத்தின் மேற்படுகைகள், நம்மன ஏரிகளையே மேலிருந்து பார்த்துக் கொண்டிருக்கலாம்.

குப்ளாய்: நமது வீரர்களும் வர்த்தகர்களும் எவ்வளவு தான் சிரமப்பட்டு எவ்வளவு தூரம் நம்மைக் கொண்டு சென்றாலும், இவ்வமைதி நிழலையும், இடைவெளிகளுடன் கூடிய இவ்வுரையாடலையும், எப்போதும் ஒரே மாதிரியா யிருக்கும் இம்மாலைப் பொழுதையும் நாம் நமக்குள்ளே மறைத்தே வைத்திருக்கிறோம்.

போலோ: எதிர்கருதுகோள் சரியாக இல்லாதவரையே காலத்தின் தொடக்கத்திலிருந்து, இம்மூங்கில் வேலிகளுக்கு மத்தியில், அசைவற்று இருக்கும் நாம் நினைப்பதால் தான், துறைமுகங்களிலும் முகாம்களிலும் உழைப்பவர்கள் இருக்கிறார்கள் என்பது.

குப்ளாய்: உழைப்பு, கூச்சல், வியர்வை, நாற்றம் இல்லாத வரை, மற்றும் இம்மலர்ப் புதர் மட்டும்.

போலோ: துறைமுக கூலிகள் கல் உடைப்போர், குப்பை சேகரிப்போர், கோழியின் நுரையீரல்களை சுத்தம் செய்யும் சமையல்காரர், கல்லில் துவைக்கும் வண்ணாத்திகள், குழந்தைகளைச் சீராட்டிக் கொண்டு சாதம் பிசையும் தாயார்கள் இருப்பது நாம் நினைப்பதால்தான் என்று ஆகும் வரை.

குப்ளாய்: உண்மையைச் சொல்வதனால், நான் எப்போதும் அவர்களை நினைக்கவில்லை.

போலோ: அப்போது அவர்கள் இல்லை.

குப்ளாய்: நம் நோக்கங்களுக்கு இந்த யூகம் பொருந்துவதாய் தோன்றவில்லை. அவர்களின்றி ஒருபோதும் நாம் நம் ஊஞ்சலில் புதைந்து ஆடிக்கொண்டிருக்க முடியாது.

போலோ: அப்படியாயின் அக்கருதுகோள் மறுதலிக்கப்பட வேண்டும். இன்னொரு கருதுகோள் உண்மை யாகும். அவர்கள் இருக்கிறார்கள் மற்றும் நாம் இல்லை.

குப்ளாய்: நாமிங்கே இருந்திருந்தால் நாமிருக்கப் போவதில்லை என்று நிரூபித்துள்ளோம்.

போலோ: உண்மையில் இங்கே நாமிருக்கிறோம்.

8

சக்கரவர்த்தி கானின் இருக்கையில் காலடியிலிருந்து இத்தாலிய பளபளப்புக் கல் பரப்பிய பாதை நீண்டிருந்தது. மோனத்தில் செய்திகள் தெரிவிக்கும் மார்கோ போலோ பேரரசின் நாலு மூலைகளுக்கும் சென்று சேகரித்து வந்திருந்தவற்றை அதில் பரப்பி வைத்திருந்தான். ஒரு தலைக் கவசம், கடற்சங்கு, இளநீர் மற்றும் விசிறி, ஒருவகை ஒழுங்கில் அவற்றை கறுப்பு-வெள்ளைகற்களின் மீது வரிசைப்படுத்தியும், சமயங்களில் அவற்றை யோசனையுடன் இடமாற்றியும் தனது பயணத்தின் விசித்திர அனுபவங்களையும், பேரரசின் நிலையினையும் தொலைதூர பிரதேசத்து ஆட்சியாளரின் உரிமைகளையும் மன்னரின் விழிகளுக்கு உணர்த்திட முயன்றான்.

தேர்ந்த சதுரங்க ஆட்டக்காரரான கான், போலோவின் நகர்த்துதலை யூகித்துக்கொண்டு, நில நாய்கள், வேறு சிலவற்றின் பகுதிகளை விலக்குகின்றன அல்லது உணர்த்துகின்றன. மற்றும் சில விதிகளின்படியே அவை நகர்த்தப்படுகின்றன என்பதைக் கண்டுகொண்டார். பொருட்களின் வெவ்வேறு வடிவமைதிகளைப் பொருட்படுத்தாது, அடுக்கப்பட்டிருப்பதன் நுட்பத்தை அவரால் புரிந்துகொள்ள முடிந்தது. 'ஒவ்வொரு நகரமும் சதுரங்க விளையாட்டானால், அதன் விதிகளை நான் அறிந்திடும் நாளன்று, இறுதியாக எனது பேரரசை நான் கொண்டிருப்பேன் – அது கொண்டுள்ள நகரங்களையெல்லாம் அறிவதில் வெற்றிபெறாது போயினும்.'

உண்மையில், மார்கோவின் பேச்சுகளுக்கு இத் தொல் பொருட்களை பயன்படுத்துவது பயனற்றதாகும். காய்களுடன் கூடிய சதுரங்கப்பலகை ஒன்று போதும். ஒவ்வொரு காய்க்கும் பொருத்தமான அர்த்தத்தை அவர்களால் தர முடிந்தது. குதிரையானது உண்மையான குதிரைக்காரனை அல்லது வண்டிகளின் ஊர்வலத்தை, அணிவகுத்துச் செல்லும் இராணுவத்தை, குதிரை வீரன் நினைவுச் சின்னத்தை உணர்த்துவதை, ராணி, கூர்முகட்டுடன் கூடிய மாதா கோயிலையும் ஒரு வகை மரத்தையும் உப்பரிகையிலிருந்து நீரூற்றையும் காணும் பெண்ணை உணர்த்துவது.

தனது இறுதிப்பயணத்திலிருந்து திரும்பி வந்த மார்கோ போலோ, சதுரங்கப் பலகையுடன் அமர்ந்து தனக்காக அமர்ந்திருப்பதைக் கண்டார் கான். சைகை மூலம் தனக்கு எதிராக போலோவை அமரச் செய்து, அவன் விஜயம் செய்த நகரங்களை, சதுரங்க காய்களை மட்டும் வைத்து விவரிக்குமாறு கூறினார். மார்கோ போலோ தைரியம் இழந்துவிடவில்லை. சக்கரவர்த்திகளின் சதுரங்கக் காய்கள் மெருகு பூசிய தந்த உருவங்கள், சதுரங்கப் பலகை மீது குதிரை அல்லது யானையை எடுத்து வைத்து, சிப்பாய் கூட்டத்தை வரிசைப்படுத்தி, ராணியின் ஊர்வலத்தைப் போல நேரான அல்லது நெளிந்து வளைந்து செல்லும் சாலைகளை நீட்டி, நிலவொளியில் கறுப்பு – வெள்ளை நகரங்களின் வெளியையும் நோக்குகளையும் மார்கோ போலோ மறு உருவாக்கம் செய்து பார்த்தான்.

இவ்வடிப்படையான நிலவியல் காட்சிகளின் மீது மனதைச் செலுத்திக் கொண்டிருந்த குப்ளாய், நகரங்களைத் தக்க வைத்திடும் புலப்படாத விதியினையும், அவை எவ்வாறு எழுந்து உருக்கொண்டு செழிக்க வேண்டும் என்று விதிக்கும் கட்டளையினையும், பருவ காலங்களுக்கேற்ப அவை எவ்வாறு தங்களை மாற்றியமைத்துக் கொள்கின்றன என்றும் எண்ணமிட்டார். சிலசமயங்களில், எல்லையற்ற குறைபாடுகளுக்கும் முரண் பாடுகளுக்கும் மேலே ஒத்திசைவானதும் இணக்கமானதுமான அமைப்பு ஒன்று இருப்பதைக் கண்டறியும் தறுவாயில் இருப்பதாக நினைத்ததுண்டு, ஆனால் சதுரங்க விளையாட்டுடனான ஒப்பீட்டுக்கு எந்த மாதிரியும் ஈடுகொடுக்க இயலாது. ஒருவேளை, எப்படியாயினும் மறைந்தொழிந்து போகவிருக்கும் காட்சிகளை, தந்தத்தில் செய்த காய்களின் இலேசான உதவி கொண்டு

உணர்த்துவதற்கு அல்லாடுவதைக் காட்டிலும் விதிகளுக்கேற்ப ஆட்டம் ஆடுவதும், அடுத்தடுத்து சதுரங்கப் பலகைத் தோற்றங்களை, வடிவங்களின் அமைப்பானது, உருக்கொடுத்து அழிந்திடும் எண்ணற்ற வடிவங்களில் ஒன்றாகக் கருதுவதும் போதுமானதாகும்.

இப்போது குப்ளாய் கான் மார்கோ போலோவை தொலைதூரப் பயணங்களுக்கு அனுப்பும் தேவை இல்லை. ஓயாத சதுரங்க ஆட்டங்களை ஆட வைத்துக் கொண்டிருந்தார். குதிரைகளின் கோணவடிவிலான திருப்பங்கள், மந்திரிகளின் ஊடுருவலால் உண்டாகும் மூலை வாட்டுப் பாதைகள், சிப்பாய் மற்றும் அரசரின் எச்சரிக்கை மிகு காலடிகள் ஒவ்வொரு ஆட்டத்திலுமான தப்பிக்க இயலாத வெற்றி தோல்விகள் இவற்றால் உண்டாகும் சித்திர விசித்திரங்களில் பேரரசைப் பற்றிய அறிவு மறைக்கப்பட்டுள்ளது.

சக்கரவர்த்தி கான் ஆட்டத்தில் கவனத்தைக் குவிக்க முயன்றார். ஆனால், இப்போது நழுவிச் சென்றது ஆட்டத்தின் நோக்கமாகும். ஒவ்வொரு ஆட்டமும் வெற்றி அல்லது தோல்வியில் முடிகிறது. ஆனால் என்ன பயன்? உண்மையான பந்தயங்கள் எவை? உச்சக்கட்டத்தின் போது, மன்னனின் காலடிக்குப் பக்கத்திலே, வெற்றியாளனின் கரத்தால் தள்ளிவிடப்பட்ட கறுப்பு, வெள்ளைச் சதுரம் எஞ்சி நிற்கிறது. சாரம்சத்திற்குக் கொண்டு வருவதற்காக தனது வெற்றிகளை தன்னிடமிருந்து பிரித்ததன் மூலமாக மன்னர் தீவிரமான நடவடிக்கைக்கு வந்து சேர்ந்திருந்தார். பேரரசின் பல்வேறு விதமான பொக்கிஷங்களெல்லாம் நிச்சயமான வெற்றியின் மாயத்திரைகளே. அது பலகையின் மீதுள்ள சதுரமாகக் குறைந்து போயிற்று. சூன்யம்.

நகரங்களும் பெயர்களும் - 5

பீடபூமியின் விளிம்பிலிருந்து எட்டிப்பார்க்கும் போது விளக்குகளின் ஒளியில் அய்ரீன் தென்படும், தூய காற்றும் குடியிருப்பின் இளஞ்சிவப்பு நிறமும் கீழே பரவி இருப்பதனைக் காண முடியும், அங்கே நிறைய சன்னல்கள் நிறைந்து கிடக்கும். அதே அந்நகரம் அரைபாதி விளக்கொளியுள்ள சந்து பொந்துகளில் மெலிந்து செல்லும், தோட்டங்களின் நிழல்களை ஒன்று சேர்க்கும், அடையாள நெருப்புடன் கூடிய

கோபுரங்களை எழுப்பும், மாலைப்பொழுது பனிமூட்டமாக இருந்தால் மலை இடுக்குகளின் அடியில் பால்நிறப் பஞ்சாக பிரகாச ஒளி தென்படும்.

பீடபூமியில் செல்லும் பயணிகள், மந்தைகளை ஓட்டிச் செல்லும் இடையர்கள், வலைகளை கவனிக்கும வேடர்கள், இலைதழைகளைச் சேகரிக்கும் துறவிகளெல்லாம் கீழே நோக்குவர். அய்ரீனைப் பற்றிப் பேசுவர். சமயங்களில், குலோசையினையும் முரசொலியையும், திருவிழாக்களின் போதான வாணவேடிக்கை ஆரவாரத்தையும், இன்னும் சில சமயங்களில் துப்பாக்கிகளின் வெடியோசையையும் காற்று எடுத்துவரும், பீடபூமியிலிருந்து நோக்குவார் நகரில் என்ன நடக்கும் என்று யூகம் செய்வதுண்டு, அம்மாலை நேரத்தில் அய்ரீனில் இருப்பது சந்தோஷகரமானதா அல்லது துயரமானதா என வியப்பதுண்டு. அங்கு செல்லும் உத்தேசம் ஒன்றும் அவர்களுக்கு கிடையாது. (கீழே போகும் சாலைகள் மோசமானவை). எனினும் மேலேயுள்ளவர்களது விழிகளுக்கும் எண்ணங்களுக்கும் அய்ரீன் காந்தமாக இருந்தது.

இத்தருணத்தில் உள்ளிருந்து நோக்கினால் அய்ரீன் எப்படியிருக்கும் என்று மார்கோ போலோ பேச வேண்டும் என சக்கரவர்த்தி கான் விரும்புகிறார். ஆனால் மார்கோவால் பேச இயலாது. பீடபூமிப் பகுதியினர் அய்ரீன் என்றழைக்கும் நகரம் எது என்பதைக் கண்டறிவதில் அவன் இன்னும் வெற்றி பெறவில்லை. அது லோசன முக்கியத்துவம் கொண்டதுதான். மூடுபனியில் நின்றுகொண்டு நோக்கினால் அது வித்தியாசமான நகரமாக இருக்கும். அய்ரீன் என்பது தொலைவிலுள்ள நகர் ஒன்றின் பெயர், அதை நெருங்கும் போது மாறிவிடும்.

நகருக்குள் நுழையாமலேயே கடந்து போவோருக்கு அந்நகரம் ஒன்றாயும், அதற்குள் சிக்கி, வெளியெற முடியாதவர்களுக்கு இன்னொன்றாயும் இருக்கும். முதல் தடவையாக வருவோருக்கு ஒருவிதமாயும், ஒருபோதும் திரும்பாதபடிக்கு கிளம்புகின்றவர்களுக்கு இன்னொரு விதமாயும் இருக்கும். ஒவ்வொன்றுக்கும் ஒவ்வொரு பெயர் தரலாம். ஒருவேளை வேறுபெயர்களில் அய்ரீனைப் பற்றி மட்டுமே பேசியிருக்கலாம்.

நகரங்களும் இறந்தவர்களும் - 4

ஆர்கியாவை இதர நகரங்களிலிருந்து வேறுபடுத்திக் காட்டுவது, அது காற்றுக்குப் பதிலாக மண்ணைக் கொண்டிருப்பதாகும். தெருக்களிலெல்லாம் தூசுமண்டிக் கிடக்கும், அறைகளில் கூரைவரைக்கும் களிமண் நிரம்பியிருக்கும், ஒவ்வொரு படியின் மீதும் எதிர்முகமாய் இன்னொரு படியிருக்கும் வீடுகளின் கூரையின் மீது, மேகங்களுடன் கூடிய வானத்தைபோல, பாறை அடுக்குள்ள பகுதிகள் தொங்கும், குகைகளை அகலப்படுத்திக்கொண்டோ, வேர்கள் பின்னிக்கிடக்கும் பிளவுகளை விஸ்தரித்துக் கொண்டோ, நகர்வாசிகளால் நகரில் உலவ முடிகிறதா என்பதை நாம் அறிய இயலாது. புழுக்கமானது மக்களின் உடல்களை நாசமாக்கி விடுகிறது. அவர்களுக்கு அற்ப சொற்பமான வலிமையே, சலனமற்று சாய்ந்து கிடப்பதால் ஒவ்வொருவரும் நன்றாயிருக்கின்றனர். எனினும் அது இருண்டிருக்கிறது.

இங்கிருந்து ஆர்கியாவின் எதையும் காண இயலாது, அது கீழே அங்கே இருக்கிறது என்கின்றனர் சிலர். நாம் அவர்களை நம்பித்தான் ஆகவேண்டும். அந்த இடம் ஆள் அரவமற்று இருக்கிறது. இரவில் நிலத்தோடு காதை வைத்துக் கவனித்தால், சமயங்களில் கதவொன்று சாத்தப்படுவதை கேட்கலாம்.

நகரங்களும் வானமும் - 3

தெக்லா வந்து சேர்வார், வேலிகள், கோணிப்பைத்திரைகள், சாரக்கட்டுகள், உலோகச் சுருள்கள், கயிறுகளிலிருந்து தொங்கும் மரப்பாலங்கள், ஏணிகள், முட்டுக் கொம்புகளைத் தாண்டி அந்நகரைப் பற்றி ஒன்றும் அறிந்துவிட முடியாது. தெக்லாவின் நிர்மாணப்பணி ஏன் இவ்வளவு நீண்டகாலமாக நீடிக்கிறது.? என்று வினவினால், அந்நகர்வாசிகள், கோணித் திரைகளைக் கட்டிக்கொண்டும், கம்பிகளைக் கீழே இறக்கிக் கொண்டும் பெரிய பிரஸ்களை மேலும் கீழும் நகர்த்திக் கொண்டும் அப்போதுதான் அதன் அழிவு தொடங்க இயலாததாய் இருக்கும் என்பர். சாரக்கட்டை எடுத்துவிட்டால் நகரம் நொறுங்கித் தூள்தூளாகிப் போய்விடுமே என்று அஞ்சுகிறார்களா எனக் கேட்டால் 'நகரம் மட்டுமல்ல' என்று இரகசியமாகக் கூறுவர் பட்டென்று. பதில் திருப்தியடையாமல்

வேலியோரமாயுள்ள கீறலில் கண்வைத்துப் பார்க்கும் ஒருவருக்கு, கிரேன்களை இழுக்கும் கிரேன்களும், மற்ற சாரக்கட்டுகளைத் தாங்கி நிற்கும் சாரக்கட்டுகளும், மற்ற விட்டங்களை ஏந்திடும் விட்டங்களும் தென்படும். உங்களது கட்டுமானத்திற்கு என்ன அர்த்தம்? என்கிறார். அது நகரமாக இல்லாவிட்டால் நிர்மாணிக்கப்படும் நகரின் நோக்கம் என்னவாய் இருக்கும்? நீங்கள் பின்பற்றும் வரைபடம் எங்கே?

'வேலைநாள் முடிந்ததும் உங்களுக்குக் காண்பிக்கிறோம்; எமது வேலையினை இடையிலே நிறுத்த இயலாது' என்றனர்.

அஸ்தமனத்தின்போது வேலை நின்றது. கட்டிடத்து மனைமீது இருள் கவிந்தது. வானம் நட்சத்திரங்களால் நிறைந்தது. 'வரைபடம் அதோ இருக்கிறது' என்கின்றனர்.

தொடர்ச்சியான நகரங்கள் - 2

ட்ரூடில் இறங்கியதும் அதன் பெயரை வாசிக்காது போயிருந்தால், நான் ஏறிய விமான நிலையத்திலேயே இறங்கியிருக்கிறேன் என எண்ணியிருப்பேன். நான் வந்த புறநகர்பகுதிகளும், அதே போன்று பச்சை மற்றும் மஞ்சள் நிற வீடுகளைக் கொண்டிருந்தது. ஒரே மாதிரியான அடையாளங்களைத் தொடர்ந்து வந்த, அதே சதுக்கத்தில் உள்ள மலர்ப் படுக்கைகளில் சாய்ந்தோம். தெருக்களிலும் பொருட்கள், சாமான்கள் மற்றும் அடையாளங்கள் அப்படியே தென்பட்டன. ட்ரூடிற்கு நான் வந்திருப்பது இதுவே முதல் முறை. ஆனால் நான் தங்க வேண்டிய விடுதிபற்றி ஏற்கனவே அறிந்தவனாயிருந்தேன். தளவாட சாமான்கள் வாங்கி விற்போரிடம் அதே மதுக்கிண்ணங்களின் வழியாக அசைந்தாடும் இடைகளை நோக்கியபடி ஒரே மாதிரியாகவே இதர நாட்களை கழித்திருந்தேன்.

ஏன் ட்ரூடுக்கு வர வேண்டும் என என்னையே கேட்டுக்கொண்டேன். ஏற்கனவே புறப்பட வேண்டும் என விரும்பினேன்.

'நீங்கள் விரும்பும் போதெல்லாம் உங்களது விமான பயணத்தைத் தொடங்கிக்கொள்ளலாம். ஆனால் கிஞ்சித்தும் மாறாத முற்றிலும் அதுவேயான இன்னொரு ட்ரூடால் தான் உலகம் நிறைந்துள்ளது. விமான நிலையத்தின் பெயரே மாறுவது' என்றனர்.

மறைந்துள்ள நகரங்கள் - 1

ஒலிண்டாவில் உருப்பெருக்கும் கண்ணாடியுடன் சுற்றி வந்தால், ஊசியின் தலையை விடப் பெரியதில்லாத ஒரு புள்ளியை வந்தடையலாம். மேற்கூரைகள், உணர் கம்பிகள், விளக்குகள், தோட்டங்கள், குளங்கள், தெருக்களின் வழியே செல்லும் விசைப்படகுகள், சதுக்கங்களிலுள்ள பெட்டிக்கடைகள், குதிரைப்பந்தய ஓடுபாதை ஆகியவற்றை அதற்குள்ளே காண முடியும். எலுமிச்சையில் பாதிக்கு வளர்ந்திருக்கும், பின்னர் காளான் போல ஆகியிருக்கும். அப்புறம் சூப் தட்டின் அளவுக்கு விரிந்திருக்கும். பிறகு ஆரம்ப நகரை உள்ளடக்கிய முழு நகரமாகிவிடும், ஆரம்ப நகரிலிருந்து முனைப்புடன் வெளியேறி வரும் புது நகரமான அது, வெளிவந்துவிடத் துடிக்கும்.

ஒலிண்டாவானது பொது மையமுள்ள வட்டங்களில் வரும் ஒரே நகரம் என்பதில்லை. ஆண்டு தோறும் வளையத்தைச் சேர்த்துக் கொள்ளும் மரத்தின், அடிப்பாகங்களைப் போல. ஆனால், இதர மேற்கூரை விமானங்கள் போன்றவை. எழுந்து வரும் சுவர்களைக் கொண்ட, பழையதும் குறுகியதுமான வளையம் இருக்கும், புதிய குடியிருப்புகள் அதனைச் சுற்றிலும் இறுக்கமற்ற இடுப்பு வாராக தோன்றும். ஒலிண்டா அப்படியில்லை. பழைய குடியிருப்புக்களை அடக்கிக்கொண்டு பழைய சுவர்கள் விரிவடையும். ஆனால் நகரின் விளிம்பிலே விரிவானதொரு தொடுவானத்தின் மீது தமது அளவீடுகளைக் கொண்டிருக்கும். சற்றுப் புதிதான குடியிருப்புகளை அவை வளைத்துக் கொள்ளும். குடியிருப்புகளும் எல்லையோரத்தில் வளர்ந்து மெலியும் – சமீபத்தியவை உள்ளிருந்து கிளம்பி வர இடங்கொடுத்து, இப்படியே பெருகி நகரின் மையத்துக்குப் போகும். முற்றிலும் புதிய ஒலிண்டா மற்றும் மலர்ந்துள்ள எல்லா ஒலிண்டாக்களது அம்சங்களையும் இயக்கத்தையும் பெற்றிருக்கும் இந்த உள்ளார்ந்த வட்டத்திலிருந்து அடுத்த ஒலிண்டாவும் அதன் பிறகு வளர்வனவும் ஏற்கனவே மலர்ந்துவிட்டிருக்கும்.

சக்கரவர்த்தி கான் ஆட்டத்தில் கவனத்தை நிலைநாட்ட முயன்றார். இப்போது அவரிடமிருந்து நழுவிச் சென்றது ஆட்டத்தின் நோக்கம். ஒவ்வொரு ஆட்டத்தின் முடிவு வெற்றி அல்லது தோல்வி, அதனால் என்ன பயன்? உண்மையான பந்தயங்கள் எவை? உச்சக்கட்டத்தின் போது மன்னரின்

காலடிக்குக் கீழே வெற்றி பெற்றவரால் உதைத்து தள்ளப்பட்டு சூன்யம் எஞ்சியிருக்கிறது. கறுப்பு சதுரம். வெண் சதுரம், சாரம்சத்திற்கு கொண்டு வரும் பொருட்டு, தன் வெற்றிகளைத் தன்னிடமிருந்து பிரித்து விடுவதன் வாயிலாக தீவிரமான நடவடிக்கைக்கு குப்ளாய் வந்திருந்தார். பேரரசின் பல்வேறு பொக்கிஷங்கள், மாயத்திரைகளாகவே இருக்கும் நிச்சயமான வெற்றி, அது ஒரு பலகையின் சதுரமாக குறைக்கப்பட்டது.

பின் மார்கோ போலோ பேசினான். ‘ உங்களது சதுரங்கப் பலகை இருவித மரங்களால் ஆனது. கருங்காலி மற்றும் மேபிள், அறிவு விளக்கம் பெற்ற உங்களது பார்வை பதிந்திருக்கும் சதுரமானது வறட்சி காலத்தில் வளரும் மரத்தின் அடிப்பகுதி வளையத்திலிருந்து துண்டிக்கப்பட்டது. அதன் நாரிழைகள் எப்படி இருக்கும் தெரியுமா? சின்ன குறிப்பு ஒன்று தரலாம். பக்குவமடையாத வசந்த நாளன்று ஒரு மொட்டு விரியத் தொடங்கியது, ஆனால் இரவு நேரப்பனி அதனைத் தள்ளிப் போடுமாறு கட்டாயப் படுத்தியது.

அதுவரைக்கும் அந்நியனால் தன் மொழியில் சரளமாக பேச முடியும் என்று சக்கரவர்த்தி கான் உணர்ந்ததில்லை. ஆனால் அவரை, ஆச்சர்யப்படுத்தியது இச்சரளமான தன்மையல்ல.

இங்கே ஒரு பெரிய துளை இருக்கிறது. ஒரு வேளை இது ஒரு பட்டாம்பூச்சி முட்டைகளின் கூடாக இருக்கும், மரப்புழுவுடையதன்று. ஏனெனில் அது பிறந்ததும் தோண்டத் தொடங்கியிருக்கும், மாறாக இலைகளைத் தின்னும் கம்பளிப் புழுவாய் இருக்கும். மரத்தை வெட்டுவதற்கான காரணமாக இருக்கும்... தச்சரால் இவ்விளிம்பு குறிக்கப்பட்டுள்ளது. அடுத்த சதுரத்தை எடுக்கும் விதத்தில்...

வழுவழுப்பானதும் வெறுமையானதுமான சிறியதொரு மரத்துண்டில் அறிந்து கொள்ளக் கூடியவற்றின் அளவு குப்ளாயை அதிசயத்தில் ஆழ்த்தியது. கருங்காலிக் காடுகள், ஆற்றில் மிதந்து வந்த கட்டைகளால் கட்டப்பட்ட மிதவைகள், துறைமுகங்கள், சன்னல்களில் தெரியும் பெண்கள் பற்றியெல்லாம் போலோ ஏற்கனவே பேசிக்கொண்டிருந்தான்.

9

பேரரசின் எல்லா நகரங்களும் அண்டை நாட்டு நகரங்களும் கட்டிட வாரியாக, தெருவாரியாக, சுவர்கள், ஆறுகள், பாலங்கள், துறைமுகங்கள், பாளை முகடுகளுடன் வரையப்பட்டுள்ள வரைபடம் ஒன்றை சக்கரவர்த்தி கான் வைத்திருக்கிறார். போலோவின் கதைகளிலிருந்து அவ்விடங்களைப் பற்றிய செய்திகளை எதிர் பார்ப்பது அர்த்தமற்றது என உணர்ந்து கொண்டார். அதனை அவரே நன்கறிவார். சீனத் தலைநகரான கம்பலுவில் மூன்று சதுரமான நகரங்கள், ஒன்றுக்குள் ஒன்றாக. ஒவ்வொன்றும் நான்கு கோயில்களையும் பருவக்காலத்திற்கேற்ப நான்கு வாயில்களையும் கொண்டு அமைந்திருக்கும், ஜாவாத் தீவில் குத்திக்கிழித்து விடும் கொம்புடன் வெறி கொண்டு சீறும் காண்டாமிருகங்கள் இருக்கும். மலபார் கடற்கரை அருகேயுள்ள கடற்படுகையில் முத்துக்கள் குவிந்திருக்கும்.

'மேற்குலகிற்கு நீ திரும்பிச் செல்லும் போது எனக்குச் சொல்லும் கதையை திருப்பிக் கூறுவாயா?' என்று குப்ளாய் போலோவை வினவினார்.

'நான் பேசிக்கொண்டே இருக்கிறேன். ஆனால் கேட்பவர் தான் எதிர்பார்க்கும் வார்த்தைகளை மட்டுமே தக்க வைத்துக்கொள்கிறார். கருணைமிக்க காதுடன் கவனிக்கும் உங்களுக்கு விவரிக்கப்படும் உலகம் ஒன்று. நான் திரும்பிச்

செல்லும் நாளன்று என் வீட்டுக்கு வெளியே உள்ள தெருவிலிருக்கும் தோணிக் காரர்களுக்கும் கப்பல் கூலிகளுக்கும் விவரிக்க இருக்கும் உலகம் இன்னொன்று. ஜெனீவாவின் கொள்ளையரால் சிறைப்பிடிக்கப்பட்டு, சாகசக்கதை எழுதும் எழுத்தாளருடன் ஒரே கொட்டடியில் வைக்கப்பட்டால், என் பிற்கால வாழ்வில் நான் சொல்லும் உலகம் வேறொன்று, கதையை நடத்தவது குரல் அன்று, காதுதான்."

மானுட சமூகத்தின் வடிவங்களெல்லாம் பரிணாம வளர்ச்சியின் எல்லையைத் தொட்டு, அவை என்ன உருவங்களை எடுக்கும் என்று கற்பிதம் செய்ய முடியாதபடி இருக்கும் நிகழ்காலத்தின் கைதியாக நானிருக்கும் வேளையில், தொலைதூரத்திலிருந்து உணர்வதுண்டு. நகரங்களை வாழவைக்கக் கூடிய புலப்படாத காரணங்களையும், இறந்து விட்டால் அவற்றின் மூலம் அவை மீண்டும் உயிர் பெறும் என்பதை உன் குரலிலிருந்து நான் கேட்கிறேன்.?'

பூமிப் பரப்பையெல்லாம் ஒரே சமயத்தில் கண்ட வாரியாகவும், தொலைதூரப் பிரதேசங்களின் எல்லைகள், கப்பல் வழித்தடங்கள், கடற்கரைகள், புகழ் பெற்ற பெரு நகரங்கள் மற்றும் விமான துறைமுகங்களையும் சித்தரித்திடும் படங்களைக் கொண்ட வரைபடம் சக்கரவர்த்தி கானிடம் உண்டு. மார்கோ போலோவின் விழிகள் அவரது அறிவை சோதனைக்குப்படுத்துவதற்கு முன்பாக, அவர் வரைபடங்களைப் பார்ப்பதுண்டு. மூன்று கரைகளிலிருந்து மீண்டதொரு ஜலசந்தியினையும், குறுகியதொரு வளைகுடாவையும் காயலையும் கொண்டு மேலோங்கியுள்ள காண்ஸ்டான்டி நோபிளை பயணி கண்டுகொள்கிறான். சரசமில்லாது ஒன்றையொன்று பார்த்திருக்கும் இரு மலைகளின் மீது ஜெருசலம் இருப்பதை ஞாபகப்படுத்திக் கொள்கிறான். சாமர்கண்டையும் அதன் தோட்டங்களையும் சுட்டிக்காட்டத் தயக்கம் கொள்வதில்லை.

மற்ற நகரங்களைப் பொறுத்தவரை பிறரது விவரிப்புகளை எடுத்துக்கொள்கிறான். அல்லது சொற்பமான குறிப்புகளைக் கொண்டு யூகித்துக்கொள்கிறான். கலீபாக்களின் வரிகள் படிந்த முத்தான கிரான்டா, வட திசையைச் சேர்ந்த நல்ல நகரமான லூபெக், கருங்காலி மரங்களால் கருத்தும் தந்தத்தால் வெளுத்தும் காணப்படும் டிம்புகு, லட்சக்கணக் கானோர் ரொட்டித் துண்டைக் கடித்தபடி வீடுகளுக்கு

வரும் பாரீஸ், வண்ணத்திலிருக்கும் நுணுக்கமான சித்திரங்களால் அசாதாரண வடிவம் கொண்டு மக்கள் வாழ்ந்திருக்கும் இடங்களை வரைபடம் விவரிக்கிறது. ஈச்சமரங்கள் மட்டும் எட்டிப் பார்க்கும் பாலைவன மடிப்பில் புதைந்திருக்கும் நகரம் நிச்சயமாக நெஃப்டாதான். புதை மணல்களுக்கிடையேயுள்ள கோட்டையும் கடல் அலைகளால் உப்புக்கரிக்கும் புல்வெளிகளில் மேயும் பசுக்களும் மாண்ட்—செயிண்ட் மிகையேலேயே உணர்த்தும். நகரத்துச் சுவர்களுக்குள் எழவேண்டிய அரண்மனையானது, தன் சுவர்களுக்குள்ளாகவே நகரமொன்றைக் கொண்டிருப்பது உர்மினோ மட்டுமே.

மார்கோவோ புவியிலாளரோ இருப்பதாக அறிந்திராத அல்லது எங்கே இருக்கின்றன என்பதை அறிந்திராத நகர்களை வரைபடம் சித்தரித்தது — சாத்தியமாகும் நகரங்களின் வடிவங்களிடையே விட்டுவிட மாட்டார்கள் என்ற போதும், தனது கச்சிதமான வணிக ஒழுங்கினை பிரதிபலித்திடும் வகையில் அமைந்திருக்கும் கஸ்கோ, மாண்ட்ஜீமா அரண்மனை மேலோங்கியிருக்கும் ஏரிமீதான மெக்ஸிகோ, பல வடிவிலான மேற்கூரை விமானங்களைக் கொண்ட நோவ்கோரோட், உலகின் மேகக் கூரை மீது எழுந்திருக்கும் வெண்ணிற கூரைகளை உடைய லாஸா, இவற்றுக்கும் கூட மார்கோ ஒரு பெயர் தந்தான் — எது எதனுடையதாக இருந்தபோதும் — அவற்றை அடைவதற்கான வழித்தடத்தைக் குறிப்பிட்டான். அந்நிய மொழிகள் இருக்கும் வரை இடங்களின் பெயர்கள் மாறிக் கொண்டே இருக்கும் என்பது தெரிந்ததே. ஒவ்வொரு இடத்தையும் இதர இடங்களிலிருந்து அடையலாம். சவாரி செய்தோ, வண்டிகளில் விரைந்தோ, துடுப்புச் செலுத்தியோ, பறந்து சென்றோ அடையலாம்.

'அவ்விடங்களை நேரில் பார்ப்பதைக் காட்டிலும் வரை படத்தில் நன்றாகவே கண்டு கொள்கிறாய் என்று கருதுகிறேன்' தொகுப்பை மூடும் சக்கரவர்த்தி போலோவிடம் கூறுகிறார்.

'பயணம் செய்யும் போது வித்தியாசங்கள் மறைந்து போகின்றன என்பதை உணருகிறீர்கள். ஒவ்வொரு நகரமும் எல்லா நகரங்களையும் ஒத்திருக்கிறது. இடங்கள் தமது வடிவங்களை, ஒழுங்கை, தூரங்களை பரிமாற்றிக்கொள்கின்றன. உருவமற்ற தூசுப் படலம் கண்டங்களின் மீது படையெடுக்கிறது. உங்களது வரைபடம் வித்தியாசங்களை அப்படியே

வைத்திருக்கிறது. பெயரில் உள்ள எழுத்துக்களைப் போல மாறாத ஒழுங்குடன்.'

எல்லா நகரங்களின் வரைபடங்களையும் ஒருங்கே கொண்ட அட்லாஸ் ஒன்று சக்கரவர்த்தி கானிடம் உண்டு. உறுதியான அடித்தளங்களில் இருக்கும் சுவர்களைக் கொண்டவை. இடிந்து விழுந்து மணலினால் விழுங்கப்படும் சுவர்களைக் கொண்டவை. ஒரு நாளைக்கு இருந்து மறுநாளைக்கு அதனிடத்தில் முயல்களின் வலைகள் மட்டுமே இருக்கும் சுவர்களைக் கொண்டவை என்றபடி.

மார்கோ போலோ அதன் பக்கங்களைப் புரட்டுகிறார். ஜெரிகோ, ஊர், கார்தேஜை கண்டு கொள்கிறார். யுலீஸஸால் கட்டி வைக்கப்பட்ட குதிரையானது ஸ்கேயியன் வாயில்கள் வழியாக பாரஞ்சாம்பிகளால் இழுத்துச் செல்லப்படும் வரை, முற்றுகையிடுவோரைக் கப்பலில் எடுத்துச் செல்வதற்காகப் பத்து ஆண்டுகள் காத்திருந்த அசேயண், கப்பல்கள் நிற்கும் ஸ்காமாண்டர் நகரைச் சுட்டிக் காட்டுகிறார். ஆனால் ட்ராய் நகரைப் பேசும் போது, அதற்கென காண்ஸ்டான்டி நோபிளின் வடிவத்தினை தந்திட நேர்ந்தது. பேராவையும் கெலாட்டாவையும் தொடாதபடி போஸ்போராஸிலிருந்து கோல்டன் ஹார்னுக்கு இரவு நேரத்தில் தன் கப்பல்களை வரச் செய்யும் வரை யுலிஸஸ் போல முகமதும் பல மாதங்கள் வரை இடப்போகும் முற்றுகையினை முன்கூட்டியே உணர முடிந்தது. இவ்விரு நகரங்களின் கலவையினின்றும் மூன்றாவது நகரமொன்று உருவானது. அதை சான்ஃபிரான்ஸிஸ்கோ என்றழைக்கலாம். அது பொன் வாயிலையும் வளைகுடாவையும், நீண்ட மெலிதான பாலங்களால் இணைக்கிறது மற்றும் அதன் உயர்ந்த தெருக்களில் ட்ராம் வண்டிகள் ஓடுகின்றன. பல லட்சம் ஆண்டுகளுக்குப் பின்னால் பசுபிக்கின் தலைநகராக மலரும்— சக்கரவர்த்தி கானின் பேரரசைக் காட்டிலும் பரந்து விரிந்த பேரரசில் மஞ்சள், கறுப்பு மற்றும் சிவப்பினத்தவர்களை எஞ்சியிருக்கும் வெள்ளையருடன் ஒன்றுக் கலக்கச் செய்திடுவன. 300 ஆண்டு கால முற்றுகைக்குப் பிறகு, அந்த அட்லாஸுக்கு இப்பண்புகள் உண்டு. இது வரையிலும் உருவமோ பெயரோ பெற்றிராத நகரங்களின் கால்வாய்களுடன் வடதிசை நோக்கிய அரை வட்டமாக புதர்களுக்கு மத்தியில் சுவர்களால் வளைக்கப்பட்டு கோபுரங்களுடன் யார்க் வடிவத்தில் நகரமொன்று இருக்கிறது. பிராட்வே நீங்கலாக எல்லாத்

தெருக்களுமே ஆழமான கால்வாய்களைப் போன்றும், இரு நதிகளுக்கிடையேயான நீள் சதுரத் தீவில் கண்ணாடி மற்றும் உருக்கு கோபுரங்கள் மண்டியும், நியூயார்க் என்று அழைக்கப்படுவதுமான நியூ ஆம்ம்ஸ்டர்டாமின் வடிவத்தைக் கொண்டதுமான நகரமொன்று இருக்கிறது.

வடிவங்களின் பட்டியல் முடிவுறாதது. ஒவ்வொரு வடிவமும் தனக்காக நகரினைப் பெறும் வரை, புதிய நகரங்கள் தோன்றிக்கொண்டே இருக்கும். வடிவங்கள் தம் வகைப்பாடுகளைத் தீர்த்துக் கொண்டு உருக்கொள்ளும் போது, நகரங்களின் இறுதி தொடங்கும். அட்லாஸின் கடைசிப் பக்கங்களில் லாஸ் ஏஞ்சல்ஸ் வடிவிலான நகரங்கள், கியாடோ — ஒஸாகா வடிவிலான வடிவமற்ற நகரங்களைக் கொண்டதும், ஆரம்பமோ, முடிவோ இல்லாததுமான வலைப் பின்னலின் இணைப்பு மண்டிக்கிடக்கும்.

நகரங்களும் இறந்தவர்களும் - 5

லவுடோமியாவைப் போன்று ஒவ்வொரு நகரமும், தனது பக்கத்தில், அதே பெயர்களைக் கொண்ட நகரவாசிகளைப் பெற்றிருக்கும். இன்னொரு நகரத்தை வைத்திருக்கிறது. அது இறந்தவர்களின் லவுடோமியா, ஆனால், லவுடோமியாவின் தனிச்சிறப்பு, அது இரட்டிப்பானது மட்டுமல்ல மும்மடங் கானதுமாகும். அது விஸ்தரிக்கிறது. சுருக்கமாகச் சொன்னால், இன்னும் பிறக்காதவர்களுக்கான நகரமான மூன்றாவது லவுடோமியா.

இரட்டை நகரின் பண்புகள் நன்கறியப்பட்டவை. உயிர் வாழ்வோரின் லவுடோமியா எந்த அளவுக்கு நெருக்கடி கொள்கிறதோ, விரிவடைகிறதோ, அந்த அளவுக்கு கல்லறைகளின் பரப்பு அவர்களைத் தாண்டி, விஸ்தரிக்கும். இறந்தவர்களின் லவுடோமியாவின் தெருக்கள் கல்லறை தோண்டுவோரின் வண்டியோடுமளவுக்கு அகலமாக இருக்கும். சன்னல்லில்லாத பல கட்டிடங்கள் அவற்றை நோக்கியவாறே இருக்கும். ஆனால் தெருக்களின் அமைப்பும் வசிப்பிடங்களின் வரிசையும், உயிர் வாழ்வோரின் லவுடோமியாவை ஒத்திருக்கும். இரண்டிலும் ஒன்றுக்கு மேலாக இன்னொன்று அமைந்திருக்கும் அறைகளில் குடும்பங்கள் நெருங்கிக் கிடக்கும். இனிய மாலைப்பொழுதுகளில் உயிர் வாழ்வோர் இறந்தவரைப்

பார்க்கச் செல்வார்கள். கல்லறையில் தங்களது சொந்த பெயர்களைக் கண்டு கொள்வார்கள். உயிர் வாழ்வோரின் நகரைப் போலவே இதுவும் உழைப்பு, கோபம், மயக்கங்கள், உணர்ச்சிகளின் வரலாற்றை தெரியப்படுத்துகிறது. இங்கேதான் சந்தர்ப்பத்திலிருந்து நீங்கியதாக, வகைப்படுத்தப்பட்டு ஒழுங்குபடுத்தப்பட்டு, எல்லாமே அவசியமானதாயிருக்கும். தன்னை உறுதிப்படுத்திக் கொள்வதாக உயிர் வாழும் லவுடோமியா, இறந்தவரின் லவுடோபமியாவைத் தேடிச் சென்று தன்னைப்பற்றிய விளக்கத்தை அதிகப்படியாயினும் சொற்பமாயினும் — அறிய வேண்டியிருந்தது. ஒன்றுக்கு மேற்பட்ட லவுடோமியா இருப்பதற்கு, இருந்திருக்க கூடியவையும் இல்லாதவையுமான வெவ்வேறு நகரங்ளுக்கான விளக்கங்கள் அல்லது அரைகுறையானதும் முரண்பாடு கொண்டதும் ஏமாற்றம் தருவதுமான காரணங்களை அறிய வேண்டியிருந்தது.

இன்னும் பிறக்க இருப்பவர்களுக்கும் இணையான அளவு விரிந்த குடியிருப்பை லவுடோமியா ஒதுக்கியிருக்கிறது. இயற்கையாகவே இடமானது அவர்களது எண்ணிக்கைக்கேற்ப— அது கணக்கற்றதாகவே இருக்கும் என யூகிக்கக் கூடியது இல்லை. சால்வரிகளும் வளைகுடாக்களும், மாடங்களுமான கட்டிடங்கள் சூழ்ந்து அப்பகுதி வெறுமையாயிருப்பதால், எலிகள், பட்டுப்புழுக்கள், எறும்புகள், எறும்பு முட்டைகளின் அளவுக்கு பருமனுடையவர்களாக பிறக்காதவர்கள் இருக்கக்கூடும் ஆதலால், அவை நிமிர்ந்து நிற்குமா அல்லது ஊர்ந்து திரியுமா என்று கற்பிதம் செய்வதை தடுக்க இயலாது. ஆகவே, இதுவரையிலும் கண்டிராத துணிமணிகள் அணிந்து, தலைப்பாகைகளில் வான்கோழி சிறகுகள் செருகியவர்களாக உங்களது சந்ததியினரையும் அல்லது பகைவர்களை, கடனாளிகளையும் கடன் கொடுத்தவரையும், தங்களது விவரங்களை, பழி வாங்குதலை நடத்திக்கொண்டும், காதலுக்காகவோ பணத்துக்காகவோ, மணமுடித்துக் கொண்டும், நூறு அல்லது ஆயிரம் ஆண்டுகள் கழித்து இருக்கக்கூடிய லவுடோமியாவை நினைத்துப் பார்க்கலாம். ஜீவித்திருக்கும் லவுடோமியா வாசிகள் இன்னும் உருவாகாத லவுடோமியாவுக்கு சென்று வினவுவார்கள், உள்ளீடற்ற கூரை விமானங்களில் காலடிகள் எதிரொலிக்கும். கேள்விகளெல்லாம் நிசப்தத்தில் தொடுக்கப்படும். வரவிருப்பவரைப் பற்றியில்லாமல் தங்களைப் பற்றியே

அவர்கள் வினவுவார்கள். தான் விட்டுச் செல்ல இருக்கும் புகழ்ச்சியைப்பற்றி ஒருவருக்குக் கவலை, தனது அவமானம் மறக்கடிக்கப்பட வேண்டும் என்பது இன்னொருவரது விருப்பம். அனைவரும் தமது கர்ம பலன்களின் இழையைப் பின்பற்றிச் செல்ல விரும்புகின்றனர். ஆனால் அவர்கள் எவ்வளவுக்கு தம் விழிகளை கூர்மைப்படுத்திக் கொள்கின்றனரோ அவ்வளவுக்கு குறையாகவே தொடரும் இழையைக் காண முடிகிறது. லவுடோமியாவில் எதிர்காலத்தில் வசிக்க இருப்பவர்கள் புள்ளிகளைப் போன்று துகள்களைப் போன்று முன்பிருந்த, இருக்கப்போகும் எவருடனும் தொடர்பின்றித் தோன்றுகின்றனர்.

இறந்தவரின் நகரைப் போன்று, பிறக்காதவரின் லவுடோமியா உயிர் வாழ்வோருக்கு எந்தவிதப் பாதுகாப்புணர்வையும் தருவதில்லை. எச்சரிக்கை மட்டுமே செய்கிறது. கடைசியில், அங்கு போவோரின் எண்ணங்கள் தமக்கு முன்பாக இரு பாதைகள் இருப்பதைக் காணும். அவற்றில் எது அதிக வேதனையை மறைத்திருக்கும் என்று சொல்ல இயலாது. பிறக்காதவரின் எண்ணிக்கையானது, உயிர் வாழ்வோர் மற்றும் இறந்தோரைக் காட்டிலும் மிக அதிகமானது என்றும். ஒவ்வொரு பாறையின் துளையிலும் கூட்டம் கூட்டமாக நெருங்கியிருப்பதாகவும், தலைமுறை தோறும் லவுடோமியாவின் சந்ததியினர் பல்கிப் பெருகுவதால் ஒவ்வொரு துளையினும் நூற்றுக்கணக்கானோர் முண்டியடிக்கும் நூற்றுக்கணக்கான இதர துளைகளைக் கொண்டிருக்கும் என எண்ண வேண்டியிருக்கும். அல்லது லவுடோமியாவும் தனது பிரஜைகளுடன் மறைந்து போகும். எப்போதென்று கூற முடியாதபடி—என்று எண்ண வேண்டியிருக்கும். வேறு விதமாகச் சொல்வதானால், குறிப்பிட்ட எண்ணிக்கை வரையிலும் தலை முறை வந்து கொண்டிருக்கும். பின் நின்றுவிடும். அப்போது இறந்தோரின் லவுடோமியாவும் இன்னும் பிறக்காதோரின் லவுடோமியாவும் கவிழ்க்கப்படாத நாழிகை வட்டிலின் இருகுமிழ்களைப் போன்றிருக்கும். பிறப்புக்கும் இறப்புக்கும் இடையேயான பாதையானது கழுத்தைக் கடந்து செல்லும் மணல் துகள் போன்றது. லவுடோமியில் பிறந்து கடைசியாய் வாழ்பவன் ஒருவன் இருக்கவே செய்வான் — இப்போது குவியலில் உச்சியிலிருந்து விழ இருக்கும் கடைசித்துகளாகக் காத்துக் கொண்டிருப்பான்.

நகரங்களும் வானமும் - 4

பெரீந்தியாவை ஆரம்பித்து வைப்பதற்கான விதிகளை வகுத்திடுமாறு அழைக்கப்பட்ட வானவியல் நிபுனர்கள், நட்சத்திரங்களின் நிலைகளுக்கேற்ப நாளையும் இடத்தையும் குறித்துத் தந்தனர். சூரியனின் சஞ்சாரத்திற்கு ஏற்பவும் கோள்களின் இயக்கத்திற்கு ஏற்பவும் வாழ்க்கை நிலைகளை அமைத்தனர். பன்னிரு ராசிகளுக்கேற்ப அவர்கள் வரைபடத்தைப் பிரித்தனர் — அப்போதுதான் ஒவ்வொரு கோயிலும் அண்டை வீடும் சாதகமான நட்சத்திரங்களின் பார்வையைப் பெற முடியும், சுவர்களில் வாயில்க்ளைக் கட்டும் இடங்களை அவர்கள் குறித்தனர் — அடுத்த ஆயிரம் ஆண்டுகளில் அவை ஒவ்வொன்றும் சந்திர கிரகணத்தை எவ்வாறு வெளிக்காட்ட முடியும் என்பதை முன்கூட்டியே அறிந்து பெரீந்தியா இயற்கையின் ஒத்திசைவைப் பிரதிபலிக்க முடியும் என அவர்கள் உத்தரவாதம் அளித்தனர். இயற்கையின் பகுத்தறிவும் கடவுளின் கருணையும் சேர்ந்து நகர்வாசிகளின் விதிகளை உருவாக்கும்.

வானவியலாரின் துல்லியமான கணிப்புகளின் படி பெரீந்தியா நிர்மாணிக்கப்பட்டது. விதவிதமான மக்கள் அங்கு வந்து வசித்தனர். முதல் தலை முறையினர் அதன் சுவர்களுக் குள்ளாகவே வாழத் தொடங்கினர். இப்பிரஜைகள் வளர்ந்து மணமுடித்து குழந்தைகள் பெற்றனர்.

பெரீந்தியாவில் தெருக்களிலும் சதுக்கங்களிலும் நொண்டி களையும் குருடர்களையும் கூனர்களையும் தடியர்களையும் தாடி கொண்ட பெண்களையும் இன்று நாம் சந்திக்கிறோம். ஆனால் மிகவும் மோசமானவர்களைக் காண இயலாது. மூன்று தலை — ஆறு கால்கள் உள்ள குழந்தைகளைக் கொண்ட குடும்பங்களிலிருக்கும் சுரங்க அறைகளிலிருந்து கூக்குரல் கேட்கும்.

பெரீந்தியாவின் வானவியலாளர்களுக்கு சிக்கலான ஒரு பிரச்சனை ஒன்று, தங்களது கணிப்புகளெல்லாம் தவறு மற்றும் தங்களது எண்கள் விண்ணகத்தை விளக்க இயலாதவை என்பதை ஒத்துக்கொள்ள வேண்டும். அல்லது கடவுளரின் கட்டளையானது அரக்கரின் நகரில் பிரதிபலிக்கப்படுகிறது என்பதை வெளியிட வேண்டும்.

தொடர்ச்சியான நகரங்கள் - 3

எனது பயணங்களில் ஒவ்வொரு ஆண்டிலும் நான் ப்ரோகோபியாவில் இறங்கி, அதே விடுதியில் அதே அறையில் தங்குவேன். முதல் தடவை தங்கியதிலிருந்து சன்னல் திரையை விலக்கியதும் நிலவியல் காட்சியைக் கண்டு சிந்தித்து வருகிறேன். குட்டை, பாலம், சிறுசுவர், ஆப்பிள் மரம், தானிய வயல், கறுப்பு பெர்ரி பழங்கள் கொண்ட முட்புதர், கோழிப்பண்ணை, சிறு குன்றின் மஞ்சள் முகடு, வெண் மேகம், பட்டை போன்ற நீலவானத்தின் சிதறல் என. முதல் தடவையில் காண்பதற்கு யாருமில்லை என்பது உறுதியளிக்கப்பட்டது. அடுத்த வருடத்தில் தான் வட்டமான தட்டை முகம் ஒன்று தானியக்கதிர் ஒன்றைக் கடித்தபடி இலைகளிடையே செல்வதைக்காண முடிந்தது. ஒரு வருடம் கழிந்தபின் சுவரின் மீது மூவர் இருந்தனர். திரும்பி வந்த போது முழங்கால்களைக் கட்டிக் கொண்டு ஆறுபேர் வரிசையாக அமர்ந்திருப்பதைக் கண்டேன். ஒவ்வொரு ஆண்டும் அறைக்குள் வந்ததும் திரையை விலக்கி முகங்களை எண்ணினேன். குட்டையில் இருப்பவர்களைச் சேர்த்து 16, ஆப்பிள் மரத்தில் தொற்றியிருப்பவர்களைச் சேர்த்து 29, கோழிப்பண்ணையில் இருப்பவர்களைச் சேர்த்து 47. அவர்கள் ஒரே மாதிரி தோன்றுகின்றனர். மரியாதை மிக்கவர்கள், கன்னங்களில் மடிப்புகள் விழுந்துள்ளன. புன்னகைக்கின்றனர். இவரது உதடுகளில் கள்ளிப் பழங்களின் கறைபடிந்திருக்கிறது. சீக்கிரமே பாலம் முழுவதும் வட்டமுகப் பாத்திரங்களால் நிறைந்து விடுகிறது — அவர்களுக்கு அறையேதும் இல்லையாதலால், உமியைக் களைந்து தானியங்களைக் கொறித்தனர்.

ஆக ஆண்டுகள் செல்லச் செல்ல, குட்டை மறைந்து போவதையும். மரமும் முட்புதரும் வட்ட முகங்கள் — அசையும், அசைபடும் இலைகளுக்கிடையே மோனப் புன்னகை வேலிகளால் மறைக்கப்படுவதைக் கண்டேன். சிறிய தானிய வயல் ஒன்றில் எத்தனை பேர் இருக்க முடியும் — அதுவும் முழங்கால்களைக் கட்டிக்கொண்டு, ஆடாது அசையாது அமர்ந்தவாறு — என்று நம்மால் தீர்மானிக்க இயலவில்லை. தெரிவதைக் காட்டிலும் அதிகப்படியானவர்கள் இருக்க வேண்டும். மலை முகடு நெருக்கியடிக்கும் கூட்டத்தால் நிறைவதைப் பார்த்தேன். ஆனால், இப்போது பாலத்தில் இருப்போரிடையே ஒருவர் தோள்களில் இன்னொருவர்

தொற்றிக் கொள்ளும் பழக்கம் வந்திருந்தது. என் பார்வை அதுவரை எட்டவில்லை.

இறுதியாக இந்த ஆண்டு நான் திரையை விலக்கியதும், முகங்களின் விரிவை மட்டுமே சன்னல் தாங்கி நின்றது. ஒரு மூலையிலிருந்து இன்னொன்றிற்கு, எல்லா நிலைகளிலும் மற்றும் எல்லா இடங்களுக்கும், வட்டமான, அசைவற்ற, முற்றிலும் தட்டையான முகங்கள் புன்னகைக் குறிப்புடன் தென்பட்டன. பல கைகள் முன்னிருப்பவரது தோள்களைப் பற்றியிருந்தன. வானம் கூட மறைந்திருந்தது. நானும் சன்னலை விட்டு நீங்குகிறேன்.

நகர்வது ஒன்றும் எனக்கு எளிதான விஷயமன்று. எனது அறையில் இருப்போர் 26 பேர், என் பாதத்தை நகர்த்துவதற்கு தரையில் ஊர்ந்து கிடப்போரே தொந்தரவு செய்ய வேண்டும். மேசை மீது அமர்ந்திருப்போரின் முழங்கால்கள் மற்றும் படுக்கையில் சாய்ந்து திருப்புவோரின் தோள்கள் வழியே வலுக்கட்டாயமாக நடந்துவந்தேன். அதிருஷ்டவசமாக எல்லாரும் மரியாதை மிக்கவர்கள்.

மறைந்துள்ள நகரங்கள் - 2

ரைஸ்ஸாவில் வாழ்க்கை சந்தோஷமாயில்லை. சாலைகளில் நடக்கும் மக்கள் கைகளைச் சுழற்றுகின்றனர். அழும் குழந்தைகளைச் சபிக்கின்றனர். ஆற்றின் மீதான தடுப்புகளில் சாய்கின்றனர் மற்றும் கன்னங்களில் உள்ளங்கைகளால் அழுத்திக்கொள்கின்றனர். வேலை நடக்கும் பெஞ்சுகளில் ஒவ்வொரு கணமும் சம்மட்டியால் விரல் அடிப்படுகிறது அல்லது ஊசியால் பெஞ்சினைக் குத்துகிறோம். அல்லது வணிகர்கள் மற்றும் வங்கியாளரின் பேரேடுகளில் கன்னாபின்னாவென மண்டிக் கிடக்கும் எண்களில் அல்லது மதுபானக் கடைகளில் வெற்று டம்ளர்கள் வரிசைகளில் இருண்ட பார்வையைச் சற்று மறைத்தவாறு தலைகள் குனிந்துள்ளன. வீடுகளுக்குள்ளே இன்னும் மோசம். இதை அறிந்து கொள்வதற்காக நுழைந்து பார்க்கத் தேவையில்லை. கோடையில் சண்டைகளாலும் நொறுங்கும் பாத்திரங்களாலும் சன்னல்கள் எதிரொலிக்கும்.

இருந்தபோதும் ரைஸ்ஸாவில் ஒவ்வொரு கணமும்,

கொத்தனார் சிந்திய கஞ்சியை நக்குவதற்காக பாயும் நாயைக் கண்டு சிரிக்கும் குழந்தை ஒன்று இருக்கவே செய்யும் — வெற்றிகரமாக பேரம் முடித்திருக்கும் குடை வியாபாரிக்கு சந்தோஷமாகப் பரிமாறுவதற்காக, தோட்டத்தில் நின்று தட்டை ஏந்தி நிற்கும் வேலைக்காரப் பெண்ணிடம் 'பெண்ணே, ஊற்றட்டுமா? என்று அக் கொத்தனார் சாரக்கட்டின் உச்சியிலிருந்து கத்தியிருக்கிறார். தன்னைப் பார்த்துப் புன்னகைத்த அதிகாரி மீது மையல் கொண்டிருக்கும் சீமாட்டி ஒருத்தி பந்தயங்களின் போது பகட்டோடு இருப்பதற்காக அவ் வியாபாரிகளிடமிருந்து வெள்ளைக் குடை ஒன்றை வாங்குகிறாள். கூண்டிலிருந்து விடுபட்டு உல்லாசத்துடன் பறந்து திரியும் கவுதாரியைப் பார்த்தவாறு தடைகளைத் தாண்டிப் பறந்திடும் அவ்வதிகாரியின் குதிரை இன்னும் சந்தோஷமாய் உள்ளது — சிவப்பு மற்றும் மஞ்சள் புள்ளிகளால் நிறைந்து ஒவ்வொரு இறகாக அக்கவுதாரியை நீட்டி சந்தோஷம் கொண்டிருந்த ஓவியரின் விளக்கப்படங்கள் கொண்ட நூலில் அதன் தத்துவாசிரியர் கூறுகிறார். 'வேதனை மிக்க நகரமான ரைஸ்ஸாவில் கூட, ஒரு ஜீவனை இன்னொன்றுடன் கணநேரத்துக்குப் பிணைத்து, பின் விடுவித்து, அப்புறம் புதியதும் விரைவானதுமான சித்திர விசித்திரங்களை உருவாக்கும் போது நகரும் புள்ளிகளுக்கிடையே நீளும் புலனாகாத இழையொன்று ஓடுகிறது — ஒவ்வொரு விநாடியிலும் வேதனை மிக்க நகரமானது தானறியாத படிக்கு சந்தோஷ நகரமொன்றை கொண்டிருக்கிறது.

நகரங்களும் வானமும் - 5

ஒவ்வொரு தெருவும் கிரகமொன்றின் சுற்றுப் பாதையினைப் போன்றும், கட்டிடங்களும் சமுதாயக் கூடங்களும் மிகவும் ஒளிமிக்க நட்சத்திரக் கூட்டங்களது — அண்டரேஸ், அல்பெராட்ஸ், மகர ராசி, செபீட்ஸ் — அமைப்பு மற்றும் ஒழுங்கைப் போன்றிருக்கும் படி சாமர்த்தியமாக கட்டப் பட்டது ஆண்ட்ரியா. வேலைகளும் அலுவலகங்களும் மற்றும் பண்டிகைகளும் அன்றைக்கிருக்கும் நட்சத்திர நிலைகளுக் கேற்ப வரைபடத்தில் ஒழுங்கமைக்கப்பட்டதாக நகரின் காலண்டர் இருக்கிறது. இவ்விதமாக பூமியின் மீதான நாட்களும் விண்ணிலுள்ள இரவுகளும் ஒன்றையொன்று

பிரதிபலித்துக் கொள்கின்றன.

சிரத்தையுடன் கட்டுப்படுத்தப்பட்டிருப்பினும், நகரின் வாழ்வோட்டமானது விண்கோள்களைப் போல் அமைதியாக ஓடுகிறது. மனிதனது சூதுவாதுகளுக்குக் கட்டுப்படாத நிகழ்வுகளின் தவிர்க்க இயலாமையை அது பெற்றுள்ளது. உற்பத்தித் திறன் கொண்ட உழைப்புக்காகவும் ஆன்மிகப் பண்புக்காகவும் நகர மக்களைப் புகழும் நான் இப்படியும் சொல்ல நேர்ந்தது. மாற்றமுறாத விண்ணகத்தின் பகுதியாக, நுட்பமான அமைப்பின் கண்ணியாக உணரும் நீங்கள், உங்களது நகரத்திலும் உங்கள் பழக்க வழக்கங்களிலும் லேசான மாறுதல் கூட ஏற்படாதவாறு எவ்வாறு பார்த்துக் கொள்கிறீர்கள் என்பதை என்னால் புரிந்து கொள்ள முடிகிறது. ஆண்ட்ரியாவில் மட்டுமே, ஒருவர் காலத்தில் அசைவற்றவராக இருப்பது மேலானதாக இருக்கிறது என்பதை அறிவேன்.

அவர்கள் ஒருவரை ஒருவர் திகைப்புடன் பார்த்துக் கொண்டனர். 'ஏன்? அவ்வாறு சொன்னவர் யார்? சமீபத்தில் திறக்கப்பட்ட மூங்கில் புதர் மீது தொங்கும் தெரு, கடைசி பிளேக் நோயாளியையும் குணப்படுத்திய பிறகு அத்தொற்று நோய் மருத்துவமனைக்கு நகராட்சியின் கழிவு நீரோடையை மாற்றிடவே, கழிவு நீரோடை இருந்த இடத்தில் கட்டப்பட்டு வரும் நாடக அரங்கம் மற்றும் சமீபத்தில் தொடங்கி வைக்கப்பட்ட ஆற்றுத் துறைமுகம், தேல்ஸின் சிலை, பனிச்சறுக்குத் தளம் போன்றவற்றைப் பார்வையிட அழைத்துச் செல்லப்பட்டேன்.

'இப் புதுமைகளெல்லாம் உங்களது நகரின் விண்ணக சந்தத்தினை கெடுக்கவில்லையா?' என வினவினேன்.

'எங்கள் நகரமும் வானமும் கச்சிதமாகத் தொடர்புடையன. ஆண்ட்ரியாவில் நிகழும் எந்த மாற்றமும் நட்சத்திரங்கிளிடையே மாற்றத்தைக் கொண்டுவரும், என்றனர். ஆண்ட்ரியாவில் ஏற்படும் ஒவ்வொரு மாற்றத்திற்குப் பிறகும், தொலை நோக்கிகள் உற்று நோக்கும் வானவியலாளர்கள் நோவாவின் வெடிப்பு அல்லது வான் மண்டலத்திலுள்ள தொலை தூரத் தூரப்புள்ளியொன்று ஆரஞ்சிலிருந்து மஞ்சளாக மாறியிருப்பது. நட்சத்திரக் கூட்டமொன்றின் விஸ்தரிப்பு, பால்வீதியின் திருகுசுழல் போக்கொன்று வளைந்திருப்பதை

அறிவிப்பர். ஆண்ட்ரியாவிலான ஒவ்வொரு மாற்றமும் நட்சத்திரங்களிடையேயும் மாற்றங்களைக் கொணரும், நகரமும் வானமும் ஒருபோதும் அப்படியே இருப்பதில்லை.

ஆண்ட்ரியா நகர்வாசிகளின் பண்புகளில் இரண்டு குறிப்பிடத்தக்கது. தன்னம்பிக்கை மற்றும் நடைமுறை அறிவு. நகரத்தில் ஏற்படும் ஒவ்வொரு புதுமையும் வானத்தின் அமைப்பில் செல்வாக்குச் செலுத்துகிறது என்பதை உணர்ந்திருக்கும் அவர்கள், எந்த முடிவையும் மேற்கொள்வதற்கு முன்பு, தங்களுக்கும் நகரத்திற்கும் மற்றும் எல்லா உலகங் களுக்குமான சாதக பாதகங்களை எண்ணிப்பார்க்கின்றனர்.

தொடர்ச்சியான நகரங்கள் - 4

ஒரு நகருக்கும் இன்னொன்றுக்கும் இடையேயான வெளியைப் பற்றிக் குறிப்பிடாமல் கடல்கள் அல்லது தானிய வயல்கள், காடுகள், சதுப்பு நிலங்களால் நிறைந்துள்ளதா என்று கதைகளெல்லாம் நேராக நகரத்துக்குள் அழைத்துச் செல்வதற்காக நீங்கள் என்னைக் கண்டிக்கலாம். ஒரு கதையுடன் பதிலளிக்கிறேன்.

புகழ் பெற்ற நகரமான செசீலியாவின் தெருக்களில் ஒரு சமயம், சுவரோரங்களில் மணியொலித்துச் செல்லும் மந்தையை ஓட்டுகின்ற இடையனைச் சந்தித்தேன்.

‘விண்ணகத்தால் ஆசீர்வதிக்கப்பட்டவனே, நாமிருக்கும் நகரின் பேரை உன்னால் கூற முடியுமா?’ என வினவினேன்.

‘தேவர்கள் உன்னுடன் வருவாராக! புகழ் வாய்ந்த செசீலி யாவை எப்படி உன்னால் கண்டு கொள்ள முடியவில்லை.?’

‘மன்னிக்க வேண்டும். நான் அலைந்து திரியும் இடையன். சமயங்களில் ஆடுகளும் நானும் நகரங்களைக் கடந்து வருவதுண்டு. ஆனால் அவற்றை அறிய மாட்டோம். மேய்ச்சல் நிலங்களைக் கேளுங்கள். எல்லாம் தெரியும். குன்றுகளுக்கிடையேயான பசுமையான புல்வெளி, பசுமையான சரிவு, நிழல் படிந்த புல்வெளி என்றவாறு என்னைப் பொறுத்தவரை நகரங்ளுக்குப் பெயரில்லை. அவை இலைகளற்ற இடங்கள். மேய்ச்சல் இடம் ஒன்றை இன்னொன்றிலிருந்து பிரிப்பவை. அவற்றின் தெரு முனைகளில்

மீதியுள்ள ஆடுகள் சிதறியோடுகின்றன. மந்தையை ஒன்று சேர்க்க நாயும் நானும் ஓடுகிறோம்.'

'உனக்கு மாறாக இருக்கின்றேன் நான். எனக்கு நகரங்கள் மட்டுமே தெரியும். அவற்றுக்கு வெளியே இருப்பவற்றை பிரித்தறியத் தெரியாது. ஆளில்லாத இடங்களில் உள்ள ஒவ்வொரு கல்லும் புல்கொத்தும் இன்னொரு கல்லுடனும், புல் கொத்துடனும் ஒன்று கலந்து மயங்கிவிடுகின்றன என் பார்வைக்கு.

நிறைய ஆண்டுகள் சென்றுவிட்டன. அதிகப்படியான நகரங்களை அறிவேன். பல கண்டங்களைத் தாண்டியிருக் கிறேன். ஒரு நாள் ஒரேமாதிரியான வீடுகளைக் கொண்ட வரிசைகளிடையே நடந்து கொண்டிருந்தேன். காணாமல் போய்விட்டேன். கடந்து செல்பவன் ஒருவனைக் கேட்டேன். தேவர்கள் உன்னைக் காக்கட்டும். நாம் எங்கே இருக்கிறோம் என்று உன்னால் கூற முடியுமா?'

'செசீலியாவில், கெட்ட காலம்தான். என் ஆடுகளும் நானுமாக நெடுங்காலமாக இதன் தெருக்களிலே அலைந்து திரிகிறோம். எங்களால் வழியைக் கண்டறிய முடியவில்லை.'

நீண்ட வெண்தாடி அவனுக்கு இருந்தும் நான் அடையாளம் கண்டுகொண்டேன். அவன் பழைய இடையனே. அவனுக்குப் பின்னே நாற்றமடிக்காத ஆடுகள் சில வந்து கொண்டிருந்தன. அவை எலும்பும் தோலுமாக மெலிந்து போயிருந்தன. குப்பைத் தொட்டியில் கிடந்த பழைய காகிதங்களை அவை மேய்ந்தன.

'அவ்வாறு இருக்க முடியாது. நானும் நகமொன்றுக்குள் போனேன். எப்போதென்று நினைவில்லை. அதிலிருந்து தெருக் களுக்குள் வெகுதூரம் போயிருக்கிறேன். செசீலியாவிலிருந்து புறப்படாமலேயே, அதனின்றும் தொலைதூரத்திலுள்ள இன்னொரு நகருக்கு நான் எவ்வாறு போயிருக்க முடியும்?'

'இடங்கள் மயங்கிப் போயிருக்கின்றன. செசீலியா எல்லா இடத்திலும் இருக்கிறது. ஒரு காலத்தில் இங்கே Meadow of Low Sage இருந்திருக்க வேண்டும். என் ஆடுகள் புல்லினை அடையாளம் கண்டுகொள்கின்றன.

மறைந்துள்ள நகரங்கள் - 3

மரோஸியாவின் விதியைப் பற்றி வினவியதற்கு தேரோட்டி யின் பதில், 'எலிகளுடையது ஒன்றும் தூக்கணாங் குருவி களுடையது ஒன்றுமாக இரு நகரங்களைக் காண்கிறேன்.'

தேவ வாக்கின் விளக்கமாக இது கூறப்பட்டது. இன்று, மிக வெறி கொண்டவர்களின் பற்களிலிருந்து விழுந்த மிச்ச சொச்சங்களை, ஒன்று மற்றதின் பிடிப்பிலிருந்து பறித்துக் கொண்டு, மந்தமான வழிகளின் வழியாக ஓடும் எலிக் கூட்டங்களைக் கொண்டதாக இருக்கிறது மரோஸியா, ஆனால் காற்றிலிருந்து கொசுக்களை விரட்டி விட்டு, இறகுகளை குவித்து வைத்துக்கொண்டு பாய்ந்தும் ஒன்றன் பெயரை மற்றது அழைத்தும் விளையாட்டுப் போட்டி நிகழ்வது போலப் பறந்து செல்லும் தூக்கணாங்குருவிகள் போல், மரோஸிய நகர்வாசிகள் எல்லாம் பறந்திடும் புதிய நூற்றாண்டு தொடங்க இருக்கிறது.

'இது எலியின் நூற்றாண்டு முடிந்து தூக்கணாங்குருவியின் நூற்றாண்டு தொடங்க வேண்டிய நேரம். மிகவும் தீர்மான கரமானவர்கள் கூறினர். உண்மையிலும், இருளடர்ந்ததும் அற்பத்தனமானதுமான எலிகளின் மேலாதிக்கத்தின் பின்னே, வாலைத் துடுப்புடன் ஆட்டிக்கொண்டு ஒளி புகும் காற்றை நோக்கியும், பின்னர் இறகுகளால் தொடுவானத்து வளைவைத் தேடியும் பறந்து செல்வதற்கான தூக்கணாங்குருவியின் ஆயத்தத்துடன் சிந்தனை வயப்பட்டிருக்கிறவர்களைக் கண்டறியக் கூடும்.

பல்லாண்டுகளுக்குப் பின் மரோஸியாவிக்குத் திரும்பி வந்திருக்கிறேன். சில காலமாக தேவராட்டியின் வாக்கு பலித்திருப்பதாகக் கருதப்படுகிறது. பழைய நூற்றாண்டு மடிந்து விட்டது, மற்றும் புதைக்கப்பட்டுவிட்டது. புதியது அதன் உச்சத்தில் நிற்கிறது. இந்நகரமானது நிச்சயமாக மாறியிருக்கிறது — நல்லபடியாகவே. ஆனால், கனத்த இமைகள் தாழ்ந்திருக்கக் கூடிய சந்தேகத்துக்குரிய குடைகளினுடையவையே நான். அசைந்தாடக் காணும் சிறகுகள். தாம் பறந்து கொண்டிருப்பதாக நம்பிடும் மக்கள் இருக்கவே செய்கின்றனர். ஆனால், வெளவால் போன்ற மேல் கோட்டுகளை அசைத்துக் கொண்டு தரைக்கு மேலே எம்பினாலே போதும் அதுவே சாதனையாக இருக்கும்.

மஸோரியாவின் கச்சிதமான சுவர்களை ஒட்டிப் போய்க் கொண்டிருக்கையில், எதிர்பாராத வகையில் கீறல் ஒன்று விழுந்து வேறானதொரு நகரம் தென்படுவதுமுண்டு. கண நேரத்தில் அது மறைந்து போய்விடும். எந்த ஒழுங்கில் எந்தச் சந்தில் எதனைப் பேச வேண்டும் மற்றும் எதனைச் செய்ய வேண்டும் என்பதில்தான் எல்லாமே அடங்கியிருக்கிறது போலும். அல்லது இன்னொருவரது பார்வை, பதில், சைகையே போதுமானது. செய்கின்ற திருப்திக்காகவே எதையாவது யாராவது செய்வதும். தன் திருப்திக்காக மற்றவர்களது திருப்தியாகவும் போதுமானது. அக்கணத்திலே எல்லா வெளிகளும் உயரங்களும் தூரங்களும் மாறிவிடுகின்றன. தட்டானைப் போன்று ஊடுருவத் தெரியும் ஸ்படிகமாக நகரம் உருமாறுகிறது. உணர்த்துதல் இல்லாது, அதிக முக்கியத்துவத்தை அளித்திடாமல், எந்தக் கணத்திலும் பழைய மஸோரியா திரும்பி வரும் மற்றும் கல், செங்கல் சாந்திலான மேற்கூரையைத் தாங்கி நிற்கும் என்பதைத் தெளிவாக நினைவில் கொண்டு சந்தர்ப்ப வசமாக ஒவ்வொன்றும் நிகழ்வது போல நடக்க வேண்டும்.

தேவராட்டி தவறாகக் கூறினாளா? இருக்கத் தேவை யில்லை. அதனை இப்படி விளக்குவேன். எலியினுடையதும் தூக்கணாங்குருவியினுடையதுமாக இரு நகரங்களைக் கொண்டது மஸோரியா. இரண்டும் காலத்தில் மாறுதலடை கின்றன. ஆனால், அவற்றின் உறவு முறை மாறுதலடைவதில்லை. முதலாவதிலிருந்து தன்னை விடுவித்துக் கொள்ள இருக்கிறது இரண்டாவது.

தொடர்ச்சியான நகரங்கள் - 5

பெந்தெசீலியாவைப் பற்றி உங்களுக்குச் சொல்ல வேண்டுமானால், நகரத்து நுழைவு வாயிலை விவரிப்பதிலிருந்து தொடங்க வேண்டும். உங்களது மூட்டை முடிச்சுகளைக் கண்டு இடுக்கிப் பார்வையிடும் சுங்கத் துறை காவலர் காத்து நிற்கும் வாயிலை மெதுவாக நெருங்கும் போது, புழுதிப் பரப்பில் எழுந்திருக்கும் அவர்களின் தொகுதியை கற்பிதம் செய்து கொள்ளலாம். அதனை அடையும் வரையிலும் அதற்குப் புறத்தேதான் இருக்கிறீர்கள். வளைவின் கீழாக வரும்போது நகரத்துக்குள் இருப்பதை அறிந்து கொள்கிறீர்கள்.

கன கச்சிதமான அதன் அடர்த்தி உங்களைச் சூழ்ந்து கொள்கிறது. தாறுமாறான அதன் உருவரையை கவனித்தால், அதன் கல்லில் இருக்கும் வகை மாதிரியைக் கண்டுகொள்ளக் கூடும்.

நாம் நம்புவது இதுவானால், அது தவறாகும். பெந்தெசீலியா வித்தியாசமானது, மணிக்கணக்காக அலைந்து திரிந்தும், நகரத்திற்குள் இருக்கிறோமா அல்லது இன்னும் வெளியேதான் இருக்கிறோமா என்பது தெளிவாகவில்லை. குள்ளமான கரைகளைக் கொண்ட ஏரியானது சதுப்பு நிலங்களில் மறைந்து போவது போல, பெந்தெசீலியா மைல் கணக்கில் பரந்து விரிந்துள்ளது. வெட்ட வெளியில் நீர்த்துப் போகும் சூப் போன்ற நகரம், வளைந்து நெளிந்த இரும்புகளான ஷெட்டுகள் மற்றும் வேலிகளிடையே அழுக்கடைந்த வயல்களின் ஒன்றன் பின் ஒன்றாக இருக்கும் வெளிறிய கட்டிடங்கள். அங்கங்கே தெருக் கோடிகளில், உயர்ந்தோ, தாழ்ந்தோ, உள்ளீடற்ற வளைவுகளைக் கொண்ட கட்டிடங்கள் தென்படும் — அதனின்றும் நகரின் தன்மை அடர்த்தி கொள்வதாகத் தோற்றமளிக்கும். ஆனால், தொடர்ந்து செல்லும் போது தெளிவற்ற வெளிகளும், பின்னர் தொழிற் கூடங்களும் கிட்டங்கிகளும், கல்லறையும் திருவிழாக் கொண்டாட்டமும், இறைச்சிக் கடையும் காணக் கிடைக்கும். தொழுநோய் பீடித்தது போன்றிருக்கும் கிராமப்புறத் திட்டுக்களிடையே மறைகின்ற மெலிந்த கடைகளிலிருக்கும் தெருவில் நடக்கத் தொடங்குவோம்.

எதிர்படுவோரிடம் பெந்தெசீலியா எங்கிருக்கிறது? என்று வினவினால் அவர்கள் பெரியதொரு சைகை செய்வர். இங்கே இருக்கிறது, தொலைவில் இருக்கிறது, உங்களைச் சுற்றி யிருக்கிறது, எதிர்திசையில் இருக்கிறது என்று பொருள்படும் அச்சைகை.

நகரைக் கேட்கிறேன், விடாப்பிடியாக கேட்போம், ஒவ்வொரு காலையிலும் வேலை செய்வதற்காக, நாங்கள் இங்கே வருகிறோம். என்று சிலர் பதிலளிக்க, வேறு சிலர் இரவில் தூங்குவுதற்காக இங்கே திரும்புகிறோம் என்றும் பதிலளிப்பர். ஆனால் மக்கள் வாழும் நகரம்?'

'அந்த வழியாக இருக்கும்' என்பார்கள், சிலர்.

தொடுவானத்திலுள்ள இருண்ட பல்தள கூடாரக் குவியலை

நோக்கி சாய்வான நிழலையில் கையை நீட்டுவோர்கள், வேறு சிலர் நமக்குப் பின்னுள்ள மற்ற கோபுரங்களின் அச்சந்தரும் காட்சியை சுட்டிக் காட்டுவர்.

'அப்படியானால் உணராதபடிக்கு அதனைக் கடந்து வந்துவிட்டேனா?'

'ஆகவே, நாம் தொடர்ந்து போகிறோம். எல்லைகளிலிருந்து எல்லைகளுக்குக் கடந்து போகிறோம். பெந்தெசீலியாவை விட்டுக் கிளம்பும் சமயம் வந்து சேர்கிறது. நகரைவிட்டுப் போவதற்கான பாதையைக் கேட்கின்றோம்.

ஒளிப்புள்ளிகளால் சிதறிக் கிடக்கும் புறநகர்களை மீண்டும் கடந்து செல்கிறோம். இரவு கவிகிறது. இங்கே பிரகாசமாகவும் அங்கே மங்கலாகவும் சன்னல்கள் ஒளியூட்டப்படுகின்றன. ஏதாவது உள்ளறை அல்லது இச்சிதிலமடைந்த சுற்றுப் புறங்களின் மடிப்பில் மறந்தபடி. நகருக்கு வருவோர் அடையாளம் கண்டு நினைவு கூறக் கூடிய பெந்தெசீலியா இருக்கிறதா? அல்லது பெந்தெசீலியா என்பது அதன் எல்லைப்புறம்தானா என்று புரிந்துகொள்ள முற்படுவதை கைவிட்டுவிடுகிறோம். இப்போது நம் மனதை அரிக்கத் தொடங்கும் கேள்வி அதிக வேதனை மிக்கது. பெந்தெசீலியாவிற்கு வெளியே ஒரு வெளிப்புறம் இருக்கிறதா? அல்லது நகரிலிருந்து எவ்வளவு தூரம் போனாலும் அதன் ஒரு கோடியிலிருந்து இன்னொரு கோடிக்கே போகிறோம். அதனின்றும் கிளம்ப இயலாதபடிக்கு என்பதா?.

மறைந்துள்ள நகரங்கள் - 4

அதன் பல நூற்றாண்டுகால வரலாற்றில் அடிக்கடி நிகழ்ந்த படையெடுப்புகள் தியோடராவை சின்னாபின்னப்படுத்தின. ஒரு எதிரியைத் தோற்கடிப்பதற்குள், இன்னொருவன் வல்லமை பெற்று மிரட்டுவான். வானத்திலிருந்து கழுகுகள் பறந்ததும் பாம்புகளின் பெருக்கத்தை அவர்கள் சமாளிக்க வேண்டி இருக்கும். சிலந்திகள் ஒழிக்கப்பட்டதால் ஈக்கள் பெருகின. கறையான்கள் வென்றுவிட்ட போது மரவட்டைகள் தொந்தரவு. நகரத்திற்குப் பொருந்தி வராத உயிரினங்கள் ஒன்றன் பின் ஒன்றாக அழித்தொழிக்கப் பட்டன. செதிள்களையும் மேலோடுகளையும் களையச் செய்தும் சிறகுகளையும் அல்குல்

வாய்களையும் கிழித்தெறிந்தும் பிரத்யோகமான மானுடப் படிமத்தை தியோடராவுக்கு மக்கள் வழங்கினர்.

ஆனால் முதலாவதாக, மனித உடைமையினின்றும் நகரைப் போராடிப் பெறுவதற்கென கடைசி உயிரினத்துக்கு எலிகளுக்கு — இறுதி வெற்றி சென்று சேருமா, சேராதா என்பது நிச்சயமற்று காணப்பட்டது.

மக்கள் அழித்தொழிக்க முயன்ற ஒவ்வொரு தலைமுறை ஊர்வனவற்றிலிருந்தும், பொறிகளுக்கும் விஷத்துக்கும் கட்டுப்படாத முரட்டு வாரிசுகளை எஞ்சியிருப்பவை விட்டுச் சென்றன. ஒரு சில வாரங்களுக்குள் தியோடராவின் கழிவு நீரோடைகளில் எலிக்கூட்டங்கள் பெருகிவிட்டன. கடைசியில், கொலை வெறி கொண்ட அதீதப் படுகொலையால் மனித சமூகம் எதிரியின் மீறி வரும் உயிர் திறனை வென்றுவிட்டது.

கடைசியில் ஈக்களுடன் கடைசிக் கிருமிகளுடனும் இறுதியாய் புதைக்கப்பட்ட சலனங்களின் மீது, மூடுண்டதாகவும் கேடுறாதவாறும், விலங்கு ராஜ்யத்தின் மாபெரும் கல்லறையாக, நகரம் இருந்தது. தானே குலைத்துவிட்ட உலகின் ஒழுங்கு முறைமையினை மனிதன் இறுதியில் மறுசீரமைத்தான். சந்தேகங்களைக் கிளப்ப வேறு உயிரினம் ஏதும் உயிரோடில்லை. விலங்கினங்களை நினைவு கூர்வதற்காக தியோடரா, தன் அலமாரிகளில், புஃபான் மற்றும் லின்னேயஸ் தொகுதிகளைப் பாதுகாக்கும்.

மறந்துபோன விலங்கினம் ஒன்று தன் அசதியினின்றும் சலனம் கொள்கின்றது என்பதனை தியோடராவாசிகள் நம்பினர். மறைந்து போகாத உயிரினங்களின் அமைப்பால், ஒதுக்கிவைக்கப்பட்டதிலிருந்து தொலைதூர மறைவிடங்களுக்கு பல யுகங்களாக துரத்தப்பட்டிருந்த இந்த விலங்கினங்கள், இடைக்காலத்து நூற்கள் வைக்கப்பட்டுள்ள நூலகத்தின் கீழ்த்தளத்திலிருந்து வெளிவந்தன. தூண்களின் உச்சிகளிலிருந்தும் கழிவு நீர்க் குழாய்களிலிருந்தும் அவை பாய்ந்து கொண்டிருந்தன. படுக்கையோரங்களில் தொற்றிக்கொண்டன. ஸ்பிங்ஸ்கள், கழுகின் தலையும் இறகுகளும் சிங்க உடலும் கொண்ட விலங்குகள், வேதாளங்கள், டிராகன்கள், பறவைச் சிறகும் நகரமும் கொண்ட அரக்கிகள், ஒற்றைக் கொம்பு குதிரைகள், உச்சிக் கொண்டையுள்ள பல்லிகள் நகரத்தை மீண்டும் உடைமையாக்கிக் கொண்டிருந்தன.

மறைந்துள்ள நகரங்கள் - 5

மாமிசம் அரைக்கும் இயந்திரங்களின் கியர்களை தூண்களின் தலைப்புகளின் தலைப்புகளிலும் நடுப்பகுதிகளிலும் அடியிலும் தாங்கியுள்ள நீதி நேர்மையற்ற நகரான பெரெனிஸ் பற்றி உங்களுக்குச் சொல்லக்கூடாது. (மெருகூட்டுவதற்கென ஒதுக்கப்பட்டிருக்கும் மனிதர்கள், தூண்வரிசைகளுக்கிடையே தாடையை உயர்த்திடும் போது முற்றங்களிலும் படிக்கட்டுகளிலும் வாயில் முகப்புகளிலும் சிந்தையைப் பதிப்பர். இன்னும் அதிகமாக சிறைப்பட்டிருப்பதாகவும் தரம் தாழ்ந்து போனதாகவும் உணருவர்). மாறாக நீதியும் நேர்மையும் கொண்ட, மறைந்திருக்கும் நகரமான பெரெனிஸைப் பற்றி பெரும் பற் சக்கரங்களிடையே ஊடுருவுவது போல, ஒயர்கள், குழாய்கள், எந்திரங்கள், பிஸ்டன்கள் மற்றும் மாற்று எடைகளின் பின்னேயும் படிக்கட்டுகளுக்கு கீழேயுள்ள இருண்ட அறைகளில் தற்காலிகச் சரக்குகளை நகரம் கையாளும். அவை முட்டி மோதிக் கிடக்கும் போது புதிதான துல்லியப் பொறியமைவு நகரைப் பராமரிக்கிறது என்று மெலிதான ஒலி எச்சரிக்கை செய்யும்). பெரெனிஸின் நீதி நேர்மையற்றவர்கள் மணம் வீசும் குளிப்பறைகளில் சாய்ந்துகொண்டு கபடம் சூது கொண்ட பார்வையால் சதிவலை வீசுவதும், குளிக்கும் நிர்வாணப் பெண்களை நோக்குவதாகவும் உள்ள நகரை விவரிக்காமல், உளவறியும் அடிவருடிகளிடமிருந்தும் ‘Janizaries’ இன்பெருவாரிக் கைதிலிருந்தும் தப்பித்துவிடும் எச்சரிக்கையுள்ள நேர்மையும் நீதியும் கொண்டோர், ஒருவர் மற்றவரை பேசும் விதத்தில், குறிப்பாக காற்புள்ளிகளையும் தனி நிலை மொழிகளையும், அடையாளம் கண்டு கொள்வர். சிக்கல் வாய்ந்ததும் நரம்புத் தளர்ச்சி தருவதுமான மன நிலைகளைத் தவிர்த்து கள்ளங்கபடமற்றதும் எளிமையானதுமான அவர்களது பழக்கவழக்கங்கள், மிகவும் தொன்மையானதொரு பொற் காலத்தை நினைவுப்படுத்தும் சுவைமிக்கதும் மட்டமானதுமான அவர்தம் உணவு, சாதம் மற்றும் செலீரி சூப், வேகவைத்த பீன்ஸ், வறுத்த சுரையினப் பூக்கள்.

வேறெந்த தகவலைக் காட்டிலும் உண்மையை அறிந்திடுவதற்கு மிக நெருக்கமாகக் கொண்டுவரக் கூடியதான இந்த தகவல்களிலிருந்து எதிர்கால பெரெனிஸின் படிமம் ஒன்றை எட்டுவது சாத்தியமாகும். நான் உங்களுக்குச் சொல்ல இருப்பதையும் நீங்கள் மனதில் கொள்ள வேண்டிவரும்.

நேர்மையானவரது நகரத்து வித்தில் கேடுகெட்ட வித்தொன்று மறைந்துள்ளது. சரியானதாக இருப்பதன் நிச்சயத் தன்மையும் பெருமிதமும் — மற்றும் நேர்மையை விடவும் தாங்கள் நேரிதானவர்கள் என்று கூறிக் கொள்வோரைக் காட்டிலும் மேலும் நேரிதாக இருப்பது, இவ்வித்து கசப்புணர்விலும் பகைமையிலும் ஆத்திரத்திலும் பொருமிக் கொண்டிருக்கிறது. நேர்மையற்றவர் மீது இயற்கையாய் எழும் பழிவாங்கும் உணர்வு அவர்களிடத்தில் இருக்க வேண்டும். மற்றும் அவர்களைப் போல செயல்பட வேண்டும் என்னும் ஏக்கத்தால் தணிந்துள்ளது. மற்றுமொரு நேர்மையற்ற நகரம், முதலாவதனின்றும் வேறு பட்டிருந்தாலும், நேர்மையற்ற மற்றும் நேர்மையான பெரெனிஸ்களின் இரட்டை வளைக்குள்ளாகவே தன்னிடத்தை தோண்டிக் கொண்டிருக்கிறது.

இதைச் சொல்லும்போது, கோணல் மாணலான படிமம் ஒன்றை உங்கள் விழிகள் பற்றிக் கொள்வதை நான் விரும்ப வில்லை. எனவே, இரகசியமான நேரிய நகருக்குள் துளிர்த்துக் கொண்டிருக்கும் இந்நேர்மையற்ற நகரின் உள்ளார்ந்த பண்பின் பால் உங்கள் கவனத்தை ஈர்க்க வேண்டும். இதுதான் சாத்தியமாகும் எழுச்சி, பரபரப்புடன் சன்னல்கள் திறக்கப்படுவது போல, இன்னும் விதிமுறைகளுக்குக் கட்டுப்படாத நீதியின் மீதான தாமதித்த நேசம், அநீதியின் கொள்கலனாக மாறியதற்கு முன்பு இன்னும் நேரியதாக இருக்கும் நகரை ஒத்திருக்கக் கூடிய நிராணி பெற்றிருப்பது. நீதியின் புதிய கிருமியான இதனுள் ஆழமாக நோக்கினால், நேர்மையற்றதன் மூலமாக நேர்மையானதைத் திணிக்கும் போக்காக பரவக்கூடிய சிறியதொரு இடத்தைக் கண்டறியக் கூடும். ஒருவேளை இதுவே மாபெரும் நகரின் கிருமியாயும் இருக்கக் கூடும்.

நேர்மையானது மற்றும் நேர்மையற்றது என அடுத்தடுத்து வரக்கூடிய வெவ்வேறு நகரங்களின் லௌகீகத் தொடர்ச்சிதான் உண்மையான பெரெனிஸ் என என் வார்த்தைகளினின்றும் முடிவுக்கு வந்திருப்பீர்கள். ஆனால் நான் உங்களுக்கு எச்சரிக்க விரும்புவது வேறொன்றைப் பற்றி, எதிர்காலத்து பெரெனிஸ்களெல்லாம் ஒன்றுக்குள் இன்னொன்றாக அடைபட்டு, மூடுண்டு, திணிக்கப்பட்டு, பிரிக்க இயலாததாக இக்கணத்தில் ஏற்கனவே இருக்கின்றன.

சக்கரவர்த்தி கானின் அட்லாஸ், எண்ணத்தால்

விஜயம் செய்யப்பட்டு, இன்னும் கண்டறியப் படாமலோ, நிறுவப்படாதோ இருக்கும், உறுதியளிக்கப்பட்ட தேசங்களின் வரைபடங்களையும் கொண்டுள்ளது. நியு அட்லாண்டிஸ் கனவுலகம், சூரிய நகரம், ஓஸனா, டமோயி, புது ஒத்திசைவு, நியூலானார்க், இகேரியா.

குப்ளாய் மார்கோவை வினவினார், 'புதிய இடங்களைத் தேடிக் கண்டறிபவனும் குறியீடுகளைக் காண்பவனுமான உன்னால், இவற்றில் எதனுடைய எதிர்காலங்களை நோக்கிக் காற்று நம்மை உந்திச் செல்கிறது என்று கூற முடியுமா?'

'இத் துறைமுகங்களுக்கென வரைபடத்தில் என்னால் வழித்தடம் வரைந்திட முடியாது. அல்லது அங்கு இறங்குவதற் கான நாள் குறிக்க முடியாது. சமயங்களில் எனக்குத் தேவைப்படுவதெல்லாம் சிறியதொரு காட்சி, சம்பந்தா சம்பந்தமற்ற நிலவியல் காட்சியினிடையே ஒரு வழி. மூடு பனியில் விளக்குகள் பளிச்சிடுவது, கும்பலில் சிந்திக்கும் இருவரின் உரையாடல் ஆகியவையே, உருவானதும், பெறுபவர் யாரென அறியாதபடி ஒருவர் அனுப்பிடும் குறியீடுகளைக் கொண்டதுமான பரிபூரண நகரினை உருவாக்கி விடுவேன் எனக் கருதுகிறேன். என் பயணம் முடிவடையக் கூடிய நகரமானது காலத்திலும் வெளியிலும் தொடர்ச்சியற்றதாக, இப்போது சிதறியதாக, இப்போது இன்னும் திரட்சி மிக்கதாக இருக்கும் என்று நான் கூறினால், அதனைத் தேடுவது முற்றுப்பெற முடியும் என நீங்கள் நம்பிடக் கூடாது. ஒருவேளை நாம் பேசும் போதே, உங்களது பேரரசின் எல்லைகளுக்குள்ளாகவே அது வளரலாம். சிதறிப் போகலாம். அதனை நீங்கள் வேட்டையாடலாம். ஆனால் நான் கூறியிருக்கும் வழியில்தான்.

பயங்கரமான கனவுகளிலும் கொடுக்கப்படும் சாபங்களிலும் தன்னை வதைக்கின்ற நகரங்களின் வரைபடங்களை தனது அட்லாஸில் ஏற்கனவே புரட்டிக் கொண்டிருந்தார் சக்கரவர்த்தி கான். எனோச், பாபிலோன், யாகூலேண்ட், புடுவா, துணிச்சல் மிகு புத்துலகம்.

'கடைசியாக இறங்குமிடம் பாழும் நகரமான நகரமாகவே இருப்பது பிரயோஜனமில்லை. குறுகி வரும் வளையங்களில் அது இருக்கவே செய்கிறது. நீரோட்டம் நம்மை இழுத்துக் கொண்டிருக்கிறது.?'

'உயிர் வாழ்வோரின் நகரமானது நகரமாகவே இருப்பதனால், நாம் அன்றாடம் வாழ்வதும், நாம் ஒன்று கூடி உருவாக்குவதுமான நகரமே, அது ஏற்கனவே இங்கே இருக்கிறது. அதில் வேதனைப்படுவதிலிருந்து தப்பிக்க இருவழிகள் உள்ளன. முதலாவது பலருக்கு லகுவானது நரகத்தை ஏற்றுக்கொண்டு அதனை அறிந்து கொள்ளாதபடிக்கு அதன் அங்கமாகிவிடுதல். இரண்டாவது வழி அபாயகரமானது மற்றும் நீடித்த எச்சரிக்கையுணர்வையும் புரிந்து கொள்ளலையும் வேண்டுவது. நரகத்தின் மத்தியில் யார் நரகத்தன்மையற்றவர் என்பதைத் தேடிப் பிடித்து அடையாளம் கண்டறிய கற்றுக்கொள்ள வேண்டும். பின் அவர்களைத் தாங்கிக் கொள்ளச் செய்ய வேண்டும். அவர்களுக்கு இடம் தர வேண்டும்.

குறிப்புகள்

1. ஆவெரோஸ் — (1126 — 1198) ஸ்பெயின் நாட்டின் அரேபிய தத்துவத்தை பிரதிநிதித்துவப் படுத்துவதில் முக்கியமானவர். வானவியல், மருத்துவம் மற்றும் இஸ்லாமிய ஒழுக்கவியல் நெறி பற்றி எழுதியவர். 1195 லிருந்து 1198 வரை அவரது தத்துவப் போக்கிற்காக நாடு கடத்தப்பட்டவர். இடையே அரசாங்கத் தலைமை மருத்துவராகவும் இருந்தவர். "Incoherence of the Incoherence" என்பது அவரது நூல்களுள் ஒன்று.

2. ஸ்பிங்ஸ் வாய் மூலமாக தீப்ஸ்.

    சிங்கத்தின் உடலும் மனிதத் தலையும் கொண்ட கலவை உருவம்.

    இறக்கைகளும் பெண் தலையும் சிங்க உடலும் கொண்ட கவலை உருவமாகவும் கூறப்படும். பழங்காலத்து கிரேக்க தீப்ஸ் நகர எல்லைப் பகுதியில் இருந்தது. கி.மு.2250 இல் எகிப்தின் கிஸாவில் பெரிய ஸ்பிங்ஸ் சிலை இருந்திருக்கிறது. தனது புதிருக்குப் பதில் கூறாதவரை அடித்து விழுங்கி மக்களை கலவரப்படுத்துவது வழக்கம். நான்கு கால் கொண்டதாகவும் இரண்டு கால் கொண்டதாகவும் மூன்று கால் கொண்டதாகவும் மாறக்கூடியதும் ஒரே குரல் கொண்டதும் எது? என்பதே புதிர். நான்கு கால்களில் தவழ்ந்து, இரு கால்களில்

எழுந்து நின்று வளர்ந்து, மூன்றாவது காலான ஊன்று கோலின் துணையை நாடும் மனிதன் என்ற பதிலை ஈடிபஸ் அளித்திடும் போது ஸ்பிங்ஸ் தன்னையே மாய்த்துக் கொள்கிறது.

3. வெனிஸ் மற்றும் ஜெனோவா அரசுகளுக்கிடையே நீடித்த பகைமை நிலவியது. ஜெனோவா, வெனீஸ் மீது படையெடுத்த சமயம், வெனீஸைச் சேர்ந்த மார்கோ போலோ ஒரு படைப்பிரிவின் தளபதியாக இருந்தார். (கி.பி. 1298) போரில் ஜெனோவா வென்றதால், படைக்கைதிகளில் ஒருவராக போலோவும் சிறைக் கொட்டடியில் சுமார் ஒரு வருடம் இருக்க நேர்ந்தது. தன் பயண அனுபவங்களை போலோ கூற ரஸ்டிசியானோ என்னும் இன்னொரு போர்க் கைதியால் எழுதப்பட்டதே "The Book"

4. யுலீஸஸ் — ஒடீஸியஸ் என்ற பெயரின் திரிபே யுலீஸஸ். இதன் லத்தீன் வடிவமான 'Ulizes' தவறுதலாக யுலீஸஸ் என எழுதப்பட்டுவிட்டதாகக் கூறப்படுகிறது. ஹோமரின் காவியமான ஒடிஸி, ட்ராய், நகர வீழ்ச்சிக்குப் பின்னர் வரும் ஒடிஸியஸின் பத்தாண்டு கால அலைந்து திரிதலை விவரிக்கிறது.

5. ட்ராய். இதன் இன்னொரு பெயர் இலியன். எனவே ஹோமரின் இன்னொரு காவியம் இலியட் என்றாயிற்று. அக்கிலஸின் சினத்தையும் அதன் காரணமாய் விளைந்த ட்ராய் நகர முற்றுகையினையும் மையமாகக் கொண்டது இலியட். இம்முற்றுகை பத்தாண்டு காலம் வரை நீடித்தது.

6. அண்டேரஸ். பெரிய நட்சத்திரங்களில் ஒன்று. 300 மில்லியன் மைல்கள் விட்டத்தைக் கொண்டது. இது சூரியனின் விட்டத்தை விட 330 மடங்கு பெரியதாகும். இது இரட்டை நட்சத்திரமாகும். சிவப்பு நட்சத்திரமான இது நீல நிறத் தோழமை நட்சத்திரத்தையும் பெற்றிருப்பது. ஜூன், ஜூலை மாதங்களில் தெளிவாகத் தென்படும்.

7. செபீட்ஸ். வடதுருவத்தில் இலையுதிர் காலத்தில் தென் படும். நட்சத்திரக் கூட்டம். துடிக்கும் நட்சத்திரப் பிரிவு களில் ஒன்று. எவ்வளவு பிரகாசிக்கிறதோ அவ்வளவு நேரத்திற்கு துடிப்பு இருக்கும்.

8. நோவாவின் வெடிப்பு — மிக விரைவாகவும் அதிகமாகவும் பிரகாசிக்கக் கூடிய நோவா நட்சத்திரங்களின் திடீர் மாற்றம். 'நோவா' என்பது புதிதாக தோன்றிய நட்சத்திரம் என்பதைக் குறிப்பது. முன்னர் மங்கியிருந்த நட்சத்திரங்களே பின்னர் பிரகாசமடையும்போது 10000 மடங்கு வரை அதிகரிக்கக்கூடும். அதுவும் சில நாட்களுக்குள்ளாக, இது மாத, வருடம் கணக்கில் நீடித்து பின்படிப்படியாக குறையும். பிரதானமாக பால் வீதியில் காணப்படுபவை. பிரகாசமடைந்து வரும்போது அதன் வெப்பநிலையும் 2000யிலிருந்து 100000k இருக்கும்.

9. புஃபான்— (1707 —1788)

ஃப்ரெஞ்சு நாட்டு இயற்கையியல்வாதி, அவரது "Histore Naturelle General at Pariticuliere" என்னும் நூல் மூலமாக இயற்கை வரலாறு, மண்ணியல் மற்றும் மானுடவியல் துறைகளின் விஷய ஞானத்தை ஒன்றிணைக்க முயன்றவர். 18 ஆம் நூற்றாண்டில் முக்கிய நூலவாக விளங்கியது அது.

10. லின்னேயஸ்— (1707 — 1778)

ஸ்வீடிஸ் நாட்டு இயற்கையியல்வாதி. மற்றும் இயற்பிய லாளர். தாவர மற்றும் விலங்கினங்களை குழப்பமின்றி அறியும் பொருட்டு இரு பெயரிடும் முறையை அறிமுகப் படுத்தியவர்.

OOO